Mankind

അഭി അനു ആനന്ദം

ABHI ANU AANANDHAM

Malayalam/Novel

Amaldev C S

ISBN: 978-81-985869-7-1

(Paperback)

Cover Design : Arifudheen K P
Layout: Sajil Sd
This Printing Edition 2025

₹ 280/-

Mankind Literature
A Booklove Initiative
Puthiyangadi post, Calicut-673021
mankindliteraturecalicut@gmail.com
+91 9744 155 666

www.booklove.co.in

അഭി അനു ആനന്ദം

നോവൽ

അമൽദേവ് സി എസ്

Mankind

സമർപ്പണം

തിരക്കുപിടിച്ച ജീവിതത്തിനിടയിലും
വിലപ്പെട്ട സമയം ഈ പുസ്തകത്തിന് വേണ്ടി
മാറ്റിവെയ്ക്കാൻ തയ്യാറായ നിങ്ങൾക്കുവേണ്ടി...

അമൽദേവ് സി എസ്

എറണാകുളം ജില്ലയിലെ കോതമംഗലത്ത് ജനിച്ചു. പിതാവ്: സി. ജി സുരേഷ്. മാതാവ്: ബിന്ദു സുരേഷ്. ശ്രീ നാരായണ വിദ്യാനികേതൻ പബ്ലിക്ക് സ്കൂൾ പിണ്ടിമന, മാർത്താ മറിയം പബ്ലിക്ക് സ്കൂൾ കോഴിപ്പിള്ളി, സെന്റ് സ്റ്റീഫൻസ് ഹയർ സെക്കണ്ടറി സ്കൂൾ കീരംപാറ തുടങ്ങിയ സ്കൂളുകളിൽ വിദ്യാഭ്യാസം. എൽദോ മാർ ബസേലിയോസ് കോളേജ് പുതുപ്പാടിയിൽ നിന്നും ബി. എ മൾട്ടിമീഡിയ ബിരുദം നേടിയിട്ടുണ്ട്. സിനിമ ചെയ്യണമെന്ന ലക്ഷ്യത്തോട് കൂടി ഹ്രസ്വചിത്രങ്ങൾ സംവിധാനം ചെയ്തിട്ടുണ്ട്. തിരക്കഥകളും എഴുതുന്നു.

‘സന്തോഷത്തോടെ പ്രേമിച്ച് നടന്ന കമിതാക്കളെ കണ്ട് അസൂയ തോന്നിയ ദൈവം പ്രണയനൈരാശ്യം, നഷ്ടപ്രണയം തുടങ്ങിയ ആയുധങ്ങളാൽ അവരെ മുറിവേൽപ്പിച്ചു. എന്നാൽ ദൈവത്തിനറിയില്ലായിരുന്നു, മനുഷ്യരെ കരുത്തരാക്കാനും കരുത്തരെ ഭ്രാന്തരാക്കാനും ഈ ആയുധങ്ങൾക്ക് സാധിക്കുമെന്ന്.’

നന്ദി

2018-ൽ ഷാഫി സാർ സംവിധാനം ചെയ്ത 'ഒരു പഴയ ബോംബ് കഥ' എന്ന സിനിമയുടെ ഷൂട്ടിംഗ് വീടിനടുത്ത് നടന്നപ്പോൾ ഞാൻ പോലും വിചാരിച്ചിരുന്നില്ല എന്റെ ജീവിതം അവിടെ നിന്നായിരിക്കും മാറി മറിയാൻ പോകുന്നതെന്ന്. പണ്ടുമുതലെ സിനിമ ഉള്ളിൽ ഉള്ളതുകൊണ്ട് ഷൂട്ടിംഗ് കാണാൻ വല്ലാത്ത താല്പര്യമായിരുന്നു. അങ്ങനെ എന്റെ സുഹൃത്തായ ലിബിന്റെയൊപ്പം ഞാനും സിനിമ ഷൂട്ടിംഗ് കാണാൻ പോയി. അവിടെ വെച്ച് ആൾകൂട്ടത്തിൽ നിന്ന് മാറി നിൽക്കുന്ന, കണ്ടാൽ സിനിമാക്കാരനാണെന്ന് തോന്നിക്കുന്ന ഒരാളെ ഞാൻ പരിചയപ്പെട്ടു. അഖിൽ സൂര്യ എന്നായിരുന്നു ആ ചേട്ടന്റെ പേര്. ഞങ്ങൾ സംസാരിച്ച കൂട്ടത്തിൽ ഞാൻ ഒരു ഹൊററർ കഥ പറഞ്ഞു. പുള്ളിക്ക് അത് നന്നായി ഇഷ്ടപ്പെട്ടു. അങ്ങനെ ആ കഥ സിനിമയാക്കാമെന്ന് അയാൾ എനിക്ക് ഉറപ്പ് തന്നു. ശേഷം അഖിൽ സൂര്യ മുഖേന ഗിരീഷ് ആനയാടി എന്ന ആളെയും പരിചയപ്പെട്ടു. ഗിരീഷേട്ടനാണ് എന്നെ തിരക്കഥ എഴുതാൻ പഠിപ്പിച്ചത്. അങ്ങനെ തിരക്കഥ പൂർത്തിയാക്കി ചർച്ചകൾ നടന്നു. എന്നാൽ സിനിമ മാത്രം നടന്നില്ല. പക്ഷെ, ഞാൻ വിട്ടുകൊടുക്കാൻ തയാറല്ലായിരുന്നു. മോഹൻലാൽ, C/O സൈറാ ബാനു, ആഡിയോസ് അമിഗോസ് തുടങ്ങിയ ചിത്രങ്ങളുടെ സഹസംവിധായകനായ രഞ്ജിത്ത് രവി എന്റെ നാട്ടുകാരനായിരുന്നു. രഞ്ജിത്ത് ചേട്ടായിക്ക് വേണ്ടി ഞാനൊരു തിരക്കഥ എഴുതാൻ തീരുമാനിക്കുന്നു. രഞ്ജിത്ത് ചേട്ടായിയുടെ നിർദ്ദേശ പ്രകാരം പ്രകാശേട്ടൻ എന്ന ഒരു കഥാപാത്രത്തെയും ഉൾപ്പെടുത്തി ഞാൻ തിരക്കഥ പൂർത്തിയാക്കി 'അഭി അനു ആനന്ദം' എന്ന് പേരും നൽകി. അങ്ങനെ ഈ കഥയെങ്കിലും സിനിമയാകുമെന്ന പ്രതീക്ഷയോട് കൂടി മുൻപോട്ട് പോയി. തിരക്കഥയിൽ ചില മാറ്റങ്ങൾ വേണമെന്ന് രഞ്ജിത്ത് ചേട്ടായി ആവശ്യപ്പെട്ടപ്പോൾ അന്നത്തെ എന്റെ പൊട്ട ബുദ്ധികൊണ്ട് ഞാൻ അതിന് തയാറായില്ല. ആ

കാരണം കൊണ്ട് രഞ്ജിത്ത് ചേട്ടായി ഈ കഥ സിനിമയാക്കുന്നതിൽ നിന്നും പിന്മാറി. പിന്നീട് മറ്റ് പല സഹസംവിധായകരുമായി ചർച്ചകൾ നടന്നെങ്കിലും സിനിമ മാത്രം നടന്നില്ല. ഒരു പക്ഷെ വർഷങ്ങൾക്കിപ്പുറം ഈ കഥ നോവലായി ഇറങ്ങാൻ വേണ്ടിയായിരിക്കാം അന്ന് ഇതൊക്കെ സംഭവിച്ചത്.

ആദ്യമായി തിരക്കഥ എഴുതാൻ പഠിപ്പിച്ച ഗിരീഷ് ആനയാടിക്കും, അതിലേക്ക് വഴി നയിച്ച അഖിൽ സൂര്യക്കും, ലിബിനും, പ്രകാശേട്ടൻ എന്ന കഥാപാത്രത്തെ രൂപപ്പെടുത്താൻ സഹായിച്ച രഞ്ജിത്ത് രവിക്കും ഒരു വലിയ നന്ദി.

ഇതിലെ പ്ലസ് ടു കാലഘട്ടത്തിലെ ചില സന്ദർഭങ്ങൾക്ക് ഇടയായ കാര്യങ്ങൾ എന്റെ സ്വന്തം ട്യൂഷൻ ക്ലാസ് അനുഭവത്തിൽ നിന്നും കടമെടുത്തിട്ടുള്ളതാണ്. അന്ന് ആ ട്യൂഷൻ ക്ലാസിൽ ഉണ്ടായിരുന്ന എല്ലാ സഹപാഠികൾക്കും അധ്യാപകർക്കും നന്ദി.

ഇനിയുള്ളത് എന്റെ വീട്ടുകാരോടാണ്. ഒരാഴ്ചകൊണ്ട് മുറിക്കുള്ളിൽ അടച്ചിരുന്ന് പുറം ലോകമായിട്ടുള്ള ബന്ധം വേർപ്പെടുത്തിയാണ് ഞാനീ കഥ എഴുതി പൂർത്തീകരിച്ചത്. ആ സമയത്ത് എന്നോട് സഹകരിച്ച് സമയാസമയത്തിന് ചായയും ഭക്ഷണവും തന്ന വീട്ടുകാരോട്, പ്രത്യേകിച്ചും രാധമ്മയോട് (അമ്മയുടെ അമ്മ) ഒരു പ്രത്യേക നന്ദി.

ആദ്യമായി കഥയെഴുതാൻ കാർഡ് ബോർഡും പേപ്പറുകളും തന്ന ശ്രീജിത്ത് ചേട്ടനോടും, കൂടെ കട്ടക്ക് നിന്ന സുഹൃത്തുക്കളോടും, എന്റെ ആദ്യ നോവൽ പുസ്തകമാക്കി പ്രസിദ്ധീകരിക്കാൻ തയ്യാറായ മാൻകൈന്റ് ലിറ്ററേച്ചർ പബ്ലിക്കേഷനോടും, ഇവരെ സമീപിക്കാനുള്ള ഉപദേശം തന്ന സാന്റോ സാറിനോടും, പിന്നെ വിലപ്പെട്ട സമയം ഈ പുസ്തകത്തിനുവേണ്ടി ചിലവഴിച്ച വായനക്കാരായ നിങ്ങളോടും എന്റെ ഹൃദയത്തിൽ നിന്ന് നന്ദി അറിയിക്കുന്നു.

**പ്രണയവും നിഗൂഢതയും നിറഞ്ഞ ലോകത്തിലേക്ക്
നിങ്ങളെ സ്വാഗതം ചെയ്യുന്നു...**

പുസ്തകത്തിലേക്ക് കടക്കുന്നതിന് മുൻപ് ഒരു മിനിറ്റ്. സാഹിത്യവും അർത്ഥവത്തായ അക്ഷരപ്രയോഗങ്ങളും പ്രതീക്ഷിച്ച് വരുന്നവർ ദയവായി എന്നോട് ക്ഷമിക്കുക. ഇത് നിങ്ങൾക്കുള്ള പുസ്തകമല്ല. സാധാരണ ദൈനംദിന ജീവിതത്തിൽ ഉപയോഗിക്കുന്ന വാക്കുകൾ ഉൾപ്പെടുത്തി ഒരു സിനിമാറ്റിക്ക് രീതിയിൽ കഥ പറഞ്ഞ് പോകുന്ന നോവലാണിത്. ഇതിലെ കഥയും കഥാ സന്ദർഭങ്ങളും തികച്ചും സാങ്കല്പികമാണ്. കഥ പുരോഗമിക്കുന്തോറും പുതിയ സർപ്രൈസുകളും ടിസ്റ്റുകളും നിങ്ങളെ കാത്തിരിക്കുന്നു, അതുകൊണ്ട് വായിച്ച് കഴിയുമ്പോൾ അതെല്ലാം ഉള്ളിൽ ഒതുക്കി പുതിയ വായനക്കാർക്കും ആസ്വദിക്കാനുള്ള അവസരം ഒരുക്കി കൊടുക്കുക.

നിങ്ങൾ പ്രണയത്തിലാണെങ്കിൽ, പ്രണയ നൈരാശ്യത്തിലാണെങ്കിൽ, ധാരാളം സുഹൃത്ത് വലയമുള്ള ആളാണെങ്കിൽ, സുഹൃത്തുക്കൾ ഇല്ലാത്ത ആളാണെങ്കിൽ, പ്രണയ കഥകൾ ഇഷ്ടമുള്ളയാളാണെങ്കിൽ, നിഗൂഢ കഥകൾ ഇഷ്ടമുള്ളയാളാണെങ്കിൽ ധൈര്യമായി ഈ നോവലിനെ സമീപിക്കാം. ഇത് നിങ്ങൾക്കുള്ളതാണ്.

ഒന്ന്

2019- ഡയറക്ടറുടെ മുറി

പുറത്ത് നല്ല മഴ പെയ്യുന്നുണ്ട്. 'സാർ..?' കഥ കേട്ടതിന് ശേഷം മറുപടി ഒന്നും പറയാതെ കണ്ണടച്ച് കസേരയിൽ ചാരി എന്തോ ആലോചിച്ചിരിക്കുന്ന ഡയറക്ടറോട് കഥാകാരി ചോദിച്ചു. ഡയറക്ടർ കണ്ണ് തുറന്ന് കസേരയിൽ നിവർന്നിരുന്നുകൊണ്ട് തന്റെ മുന്നിൽ കഥ പറയാൻ വന്ന 32 വയസ് പ്രായം തോന്നിക്കുന്ന സ്ത്രീയോട്,

'ഞാനാ സ്റ്റോറി ഒന്ന് വിഷ്വലൈസ് ചെയ്യുവായിരിന്നു. ഇത് വളരെ സോഫ്റ്റ് ആയി പോയല്ലോ. പ്രത്യേകിച്ചും ഓഡിയൻസിനെ ഹുക്ക് ചെയ്യാൻ പാകത്തിനുള്ള പരിപാടിയൊന്നും ഞാനതില് കണ്ടില്ല. ചിലപ്പോ ഇത് എന്റെ മാത്രം അഭിപ്രായം ആയിരിക്കും. താൻ വേറെ ആരെയെങ്കിലും ഒന്ന് അപ്പ്രോച്ച് ചെയ്ത് നോക്ക്.'

കഥാകാരിയുടെ മുഖഭാവം മാറുന്നു. ചെറിയ വിഷമത്തോടെ, 'Its ok sir'

കസേരയിൽ നിന്നെഴുന്നേറ്റ് തന്റെ സ്ക്രിപ്റ്റ് എടുത്ത് ഹാൻഡ് ബാഗിൽ വെച്ചുകൊണ്ട്, 'Anyway, കഥ കേൾക്കാൻ കുറച്ച് സമയം മാറ്റി വെച്ചതിൽ താങ്ക്സ്.' പതിയെ തിരിഞ്ഞ് മുറിയുടെ പുറത്തേക്ക് നടക്കുന്നു.

'എക്സ്ക്യൂസ്മി.' കഥാകാരി തിരിഞ്ഞ് നോക്കുന്നു. 'ഈ സബ്ജെക്ടിൽ interest ഇല്ലാന്നേ പറഞ്ഞിട്ടൊള്ളു, വേറെ വല്ല സബ്ജറ്റുകളുണ്ടെങ്കിൽ പറയാം കേട്ടോ.' ആശ്വസിപ്പിക്കുന്ന മട്ടിൽ ഡയറക്ടർ പറഞ്ഞു. കഥാകാരി വിഷമം കലർന്ന ഒരു പുഞ്ചിരിയോട് കൂടി മറുപടി നല്കി അവിടെ നിന്ന് പുറത്തേക്ക് നടന്ന് പോകുന്നു.

കോഫീ ഷോപ്പ്. മഴയുടെ കാത് തണുപ്പിക്കുന്ന ശബ്ദം പുറത്തുനിന്ന് കേൾക്കാം. കഥാകാരി ചെവിയിൽ വയേർഡ് ഹെഡ്സെറ്റ് വെച്ച് പാട്ട് കേട്ട് ആരെയോ വെയിറ്റ് ചെയ്തുകൊണ്ടിരിക്കുകയാണ്. ചുറ്റുമുള്ള ടേബിളിന്റെ അരികിൽ ആളുകൾ ഫോണിൽ മുഴുകിയിരുന്ന് ഭക്ഷണം കഴിക്കുന്നു. കുറച്ച് കഴിഞ്ഞ് പാർവതി (കഥാകാരിയുടെ കൂട്ടുകാരി) നടന്ന് വന്ന് കഥാകാരിയെ കെട്ടിപ്പിടിച്ചുകൊണ്ട്.

'ഹായ് മുത്തേ, സോറി ഡി. കുറച്ച് ലേറ്റ് ആയിപ്പോയി.'

കഥാകാരി ഹെഡ്സെറ്റ് ചെവിയിൽ നിന്ന് മാറ്റി, 'അത് കുഴപ്പമില്ല'

പാർവതി കസേരയിൽ ഇരിക്കുന്നു. 'നീ കഴിക്കാൻ എന്തെങ്കിലും ഓർഡർ ചെയ്തോ?'

കഥാകാരി ഇല്ലാ എന്ന് ആംഗ്യം കാണിക്കുന്നു.

'എന്നാ എനിക്ക് നല്ല വിശപ്പുണ്ട്. ആദ്യം എന്തെങ്കിലും ഓർഡർ ചെയ്യാം.'

പാർവതി ചുറ്റുമൊന്ന് നോക്കുന്നു. ദൂരെ ഒരു സപ്ലയർ നിൽക്കുന്നത് കണ്ട് കൈ വീശിക്കൊണ്ട് 'ഹലോ... എക്സ്ക്യൂസ്മി...'

സപ്ലയർ അവരുടെ അടുത്തേക്ക് വരുന്നു. പാർവതി കഥാകാരിയോട്,

'നിനക്കെന്താ വേണ്ടേ?'

'എന്തായാലും കുഴപ്പമില്ല'

സപ്ലയറെ നോക്കി, 'എന്നാ ഒരു ഹാഫ് അൽഫാം'

കഥാകാരി പെട്ടെന്ന്, 'അല്ലാ, എനിക്ക് അൽഫാമൊന്നും വേണ്ടാ. ഒരു ഷാർജ മാത്രം മതി.' സപ്ലയർ ഓർഡർ കയ്യിൽ ഇരിക്കുന്ന സ്മാർട്ട് ഫോണിൽ നോട്ട് ചെയ്തിട്ട് പോകുന്നു.

പാർവതി 'ഇന്ന് ഓട്ടത്തോട് ഓട്ടമായിരുന്നു. രാവിലെ തന്നെ കീരംപാറയിൽ പോയി കുടിവെള്ള പ്രശ്നം കവറ് ചെയ്തിട്ട് ഓഫീസിൽ കയറിയപ്പോഴാ മാനേജര് പറയുന്നെ, ഇന്ന് മിനിസ്റ്റർ ടൗണിൽ വരുന്നുണ്ട് അതിന്റെ ന്യൂസ് പോയി കവറ് ചെയ്യാൻ. അതും കേട്ട് ഓടിപ്പിടച്ച് നേതാജി ഹാളിൽ ചെന്നപ്പോഴാ അറിയണെ, പുള്ളി ഉച്ച കഴിഞ്ഞേ വരുവോളെന്ന്. പിന്നെ ആകെ മൊത്തം ഭ്രാന്തായി, അതിന്റെയിടക്ക് ഈ ഒടുക്കത്തെ മഴേം. തലവേദനയെടുത്ത് ഒരു വക കഴിച്ചിട്ടില്ല.'

കഥാകാരി വിഷമം മറച്ച് പിടിക്കുന്ന ഒരു പുഞ്ചിരിയോടെ പാർവതിയെ നോക്കിയിരിക്കുന്നു.

പാർവതി 'ങാ, അതൊക്കെ പോട്ടെ. എന്തായി നിന്റെ കാര്യം?'

'എന്താകാൻ. എല്ലാരും പറഞ്ഞത് തന്നെ, വെറൈറ്റി ആയിട്ടൊന്നും കണ്ടില്ല വേറെ സബ്ജെക്ട് ഉണ്ടെങ്കിൽ ചെല്ലാൻ.'

'എന്നാ എന്റെ പരിചയത്തിലൊരു ഡയറക്ടർ ഉണ്ട്'

കഥാകാരി ചെറിയ ആകാംഷയോടെ പാർവതിയെ നോക്കുന്നു.

'അസ്സോസിയേറ്റ് ആണ്. നീ പിന്നെ എക്സ്പീരിയൻസുള്ള ഡയറക്ടർമാരെ മാത്രം കാണുന്നത് കൊണ്ടാ ഞാൻ ഇയാളെ പറ്റി പറയാതിരുന്നത്'

പാർവതിയുടെ കയ്യിൽ കയറി പിടിച്ചുകൊണ്ട് കഥാകാരി 'അതൊന്നും കുഴപ്പമില്ല, നീ ആളാരാണെന്ന് പറ'

'പേര് ഗിരീഷെന്നാ. രണ്ട് മൂന്ന് പടത്തില് അസ്സോസിയേറ്റ് ഡയറക്ടറായി വർക്ക് ചെയ്തിട്ടുണ്ട്. ഇപ്പൊ പുള്ളി ഒരു നല്ല സബ്ജെക്ട് നോക്കി നടക്കുവാ.

ആകാംഷയോടെ കഥാകാരി 'ആളെയൊന്ന് മീറ്റ് ചെയ്യാൻ പറ്റോ?'

'അതൊക്കെ സെറ്റാക്കാം. ആദ്യം ഫുഡ് ഒന്ന് വന്നോട്ടെ'

സപ്ലയർ അൽഫാമും ഷാർജാ ഷേക്കും കൊണ്ട് വരുന്നു. ഫുഡ് കണ്ട സന്തോഷത്തിൽ പാർവതി 'വന്നല്ലോ...' സപ്ലയർ ഫുഡ് ടേബിളിൽ വെച്ചിട്ട് പോകുന്നു. ഭക്ഷണം കണ്ടപാടെ ബാക്കി എല്ലാം മറന്ന് പാർവതി ആസ്വദിച്ച് കഴിക്കാൻ തുടങ്ങി. വിഷയത്തിലേക്ക് തിരിച്ച് വരാൻ ശ്രമിച്ചുകൊണ്ട് കഥാകാരി 'ഡി, നീ കാര്യമായിട്ട് പറഞ്ഞതാണോ?'

കഴിച്ചുകൊണ്ട് തന്നെ പാർവതി 'ഞാൻ നിനക്ക് അയാളുമായിട്ടൊരു മീറ്റിംഗ് അറേഞ്ച് ചെയ്ത് തരാം. നീ നൈസായിട്ട് കഥ പറ. ബാക്കി നമുക്ക് സെറ്റാക്കാം'

സന്തോഷത്തോടെ കഥാകാരി 'ങാ അതുമതി' എന്ന് പറഞ്ഞ് ഷേക്കിൽ സ്പൂണിട്ടിളക്കി എന്തോ ആലോചിച്ചുകൊണ്ടിരിക്കുന്നു.

രണ്ട്

ഗിരീഷിന്റെ വീട്. മഴ പെയ്ത് തോർന്ന അന്തരീക്ഷം. റോഡിലെ കുഴികളിൽ വെള്ളം കെട്ടി കിടക്കുന്നുണ്ട്. പാർവതിയും കഥാകാരിയും ഒരു ഫസീനോ സ്കൂട്ടറിൽ ഗിരീഷിന്റെ വീടിന് മുന്നിലുള്ള റോഡിൽ വന്ന് നിൽക്കുന്നു. പാർവതിയാണ് സ്കൂട്ടർ ഓടിച്ചത്. കഥാകാരി സ്കൂട്ടറിൽ നിന്നിറങ്ങി നിൽക്കുന്നു. ഗിരീഷിന്റെ വീട് ചൂണ്ടികാണിച്ചുകൊണ്ട് പാർവതി 'ദേ ആ കാണുന്നതാ വീട്'

കഥാകാരി വീടിനെ ഒന്ന് നോട്ടം കൊണ്ട് നിരീക്ഷിച്ച ശേഷം പാർവതിയെ നോക്കി, 'താങ്ക്സ് ഡി'

'ഏയ്, എന്താടി താങ്ക്സ് ഒക്കെ, ഫോർമാലിറ്റി കാണിക്കുവാണോ? ഫ്രണ്ട്സിന്റെ ഇടയില് ഈ താങ്ക്സ് വെൽക്കമിന്റെയൊന്നും ആവശ്യമില്ല. നീ എന്തായാലും ചെന്ന് നോക്ക്. ഓക്കേ ആകുവാണേൽ നിന്റെ ഡ്രീം തന്നെ നടക്കൂലേ.'

കഥാകാരി ഒരു ചെറുപുഞ്ചിരിയോടെ, 'മ് മ് മ്...'

'പിന്നെ ഒരു കാര്യം കൂടി, ഇൻകേസ് ഇനി ഇതും നടന്നില്ലെങ്കിൽ. നീ ഒരു കാരണവശാലും തളരരുത്.'

'നീ തുടക്കം തന്നെ നെഗറ്റീവ് അടിക്കുവാണോ?'

'നെഗറ്റീവല്ലടി, അമിത പ്രതീക്ഷയോടെ നമ്മളെന്തിനെ സമീപിച്ചാലും കാലിടറും. അതുകൊണ്ടാ പറഞ്ഞെ' സംസാരിച്ചുകൊണ്ട് പാർവതി വാച്ചിലെ സമയം നോക്കുന്നു. 'അയ്യോ, സമയം ഇത്രേം വൈകിയോ. അപ്പൊ ശെരി മുത്തേ. ഞാൻ പോയേക്കുവാ. നീ കഴിയുമ്പോ ഒന്ന് വിളിക്ക്'

കഥാകാരി 'ബൈ'

പാർവതി സ്കൂട്ടർ സ്റ്റാർട്ട് ചെയ്ത് അവിടെ നിന്ന് പോകുന്നു. കഥാകാരി പതിയെ ഗിരീഷിന്റെ വീടിനെ ലക്ഷ്യമാക്കി മുന്നോട്ട് നടന്നു. അത്യാവശ്യം തരക്കേടില്ലാത്ത ഒരു രണ്ട് നില വാർക്ക വീട്. വീടിന്റെ ഷെഡിൽ പഴയ മോഡൽ ഇന്നോവ കാറും പൾസർ 220 ബൈക്കും കിടക്കുന്നുണ്ട്. വീടിന് ചുറ്റും പ്ലാവും മാവും തുടങ്ങിയ മരങ്ങൾ ഉള്ളതിനാൽ മുറ്റത്ത് കരിയിലകൾ അങ്ങിങ്ങായി വീണ് കിടക്കുന്നു. ചുറ്റും നിരീക്ഷിച്ചുകൊണ്ട് കഥാകാരി നടന്ന് ഗിരീഷിന്റെ വീടിന് മുന്നിൽ എത്തുന്നു. ഉള്ളിൽ അൽപ്പം ടെൻഷനുള്ളത് കൊണ്ട് ഹാൻഡ് ബാഗിന്റെ വള്ളിയിൽ മുറുകെ പിടിച്ച് ഒന്ന് ശ്വാസം എടുത്ത് വിട്ട ശേഷം calling bell അമർത്തി. ഡോർ തുറന്ന് ഗിരീഷിന്റെ അമ്മ രാധ പുറത്തേക്ക് വരുന്നു 'ആരാ?'

കഥാകാരി ചെറിയ സംശയത്തോടെ, 'ഇത് അസ്സോസിയേറ്റ് ഡയറക്ടർ ഗിരീഷ് സാറിന്റെ വീടല്ലേ?'

'അതെ, മോള്..!' മനസിലാകാത്ത രീതിയിൽ ഗിരീഷിന്റെ അമ്മ ചോദിച്ചു.

'ഞാൻ ഒരു കഥ പറയാൻ വേണ്ടി...'

ഗിരീഷിന്റെ അമ്മ പെട്ടെന്ന് എന്തോ ഓർത്തെടുത്തുകൊണ്ട്, 'ഓ... സിനിമയുടെയാണല്ലേ?'

'ങാ അതെ'

'മോള് കേറി വാ, അവൻ അകത്തുണ്ട്' അമ്മയുടെ കൂടെ കഥാകാരി വീട്ടിലേക്ക് കയറുന്നു.

വീടിന്റെ ഹാളിലേക്ക് കയറിയ ഉടൻ, 'മോള് ഇരിക്കൂട്ടോ'

കഥാകാരി പതിയെ പുഞ്ചിരിച്ചിട്ട് അവിടെ കിടന്ന സോഫയിൽ ഇരിക്കുന്നു. അമ്മ ഗിരീഷിനെ വിളിക്കാനായി അടുത്തുള്ള മുറിയിലേക്ക് പോയി. ഹാളിൽ രണ്ട് സോഫകൾ നേർക്കുനേർ ഇട്ടിരിക്കുന്നു. സോഫകൾക്ക് നടുവിലായി ഒരു ടീപോയി കിടക്കുന്നുണ്ട്. കഥാകാരി ഹാളിലെ interior ഡിസൈൻസും ഫർണീച്ചർ വർക്കുകളുമെല്ലാം ശ്രദ്ധിച്ചിരിക്കുന്ന സമയത്ത് ഗിരീഷ് അവിടേക്ക് വരുന്നു. ഒരു 35 വയസ് കാണും. ഗിരീഷിനെ കണ്ടതും ബഹുമാനത്തോടെ കഥാകാരി എഴുന്നേൽക്കുന്നു. ഗിരീഷ് വലത് കൈ ഉയർത്തികൊണ്ട് 'ഇരിക്കിരിക്ക്'. കഥാകാരി തിരികെ ഇരിക്കുന്നു. ഗിരീഷ് എതിർവശത്ത് ഇട്ടിരിക്കുന്ന സോഫയിലും ഇരിക്കുന്നു.

'സ്റ്റോറി നരേറ്റ് ചെയ്യാൻ വന്നതല്ലേ, പാർവ്വതി വിളിച്ച് പറഞ്ഞിരുന്നു. ങ്... ശ്രീലത, അങ്ങനെ എന്തോ അല്ലെ പേര്.'

കഥാകാരി ബാഗിൽ നിന്ന് സ്ക്രിപ്റ്റ് എടുത്തുകൊണ്ട് 'അതെ സർ'

'അയ്യോ, സാറെന്നൊന്നും വിളിക്കണ്ട, ഗിരീഷെന്ന് വിളിച്ചാൽ മതി.'

കഥാകാരി സ്ക്രിപ്റ്റ് ഗിരീഷിന്റെ നേരെ നീട്ടുന്നു. സ്ക്രിപ്റ്റ് വാങ്ങി ഫ്രണ്ട് പേജിലെ ടൈറ്റിൽ വായിച്ചുകൊണ്ട്, 'അഭി അനു ആനന്ദം'. അയാൾ സ്ക്രിപ്റ്റിന്റെ ആദ്യ കുറച്ച് പേജുകൾ മറിച്ച് നോക്കുന്നു. ടെൻഷനോടെ അത് നോക്കിക്കൊണ്ടിരിക്കുന്ന കഥാകാരി. ഗിരീഷ് സ്ക്രിപ്റ്റ് അടച്ച് ടീപോയിയുടെ മുകളിൽ വെച്ചതിന് ശേഷം കഥാകാരിയുടെ നേരെ നോക്കിക്കൊണ്ട്, 'ഞാനീ സ്ക്രിപ്റ്റ് വായിക്കുന്നതിനേക്കാൾ നല്ലത് അതെഴുതിയ ആൾ തന്നെ നരേറ്റ് ചെയ്യുന്നതായിരിക്കും.'

കഥാകാരി രണ്ട് സെക്കൻഡ് എന്തോ ആലോചിച്ച് പതിയെ ആത്മവിശ്വാസം നേടിയെടുത്തുകൊണ്ട്, 'ഓക്കെ, ഞാൻ തന്നെ പറയാം. ഈ കഥ നടക്കുന്നത് രണ്ട് കാലഘട്ടങ്ങളിലായിട്ടാണ്. ആനന്ദ് എന്ന ക്യാരറ്ററിനെ ബേസ് ചെയ്താായിരിക്കും കഥ മുന്നോട്ട് പോകുന്നത്. ആദ്യ പകുതി ആനന്ദിന്റെ പ്ലസ് ടു കാലഘട്ടമാണ്.'

കഥാകാരി പറയുന്നത് ശ്രദ്ധയോടെ കേട്ടിരിക്കുന്ന ഗിരീഷ്.

മൂന്ന്

'2005- അമ്പലം.

അമ്പലത്തിന്റെ പുറത്തിറങ്ങി ഷർട്ടിന്റെ ബട്ടൺസിടുന്ന പ്രകാശേട്ടൻ. പ്രായം 30. ഷർട്ട് ഇട്ടുകഴിഞ്ഞ് ചെരുപ്പിടാൻ പോകുന്നു. തേഞ്ഞ് തീരാറായ പാരഗണിന്റെ ചെരുപ്പായിരുന്നു പ്രകാശേട്ടന്റേത്. ചെരുപ്പിട്ടുകൊണ്ടിരിക്കുമ്പോൾ തൊട്ടടുത്ത് കിടക്കുന്ന സ്ലിപ്പോൺസിന്റെ പുതു പുത്തൻ ചെരുപ്പ് പ്രകാശേട്ടന്റെ ശ്രദ്ധയിൽ പെടുന്നു. ചുറ്റും നോക്കി ആരും തന്നെ ശ്രദ്ധിക്കുന്നില്ലായെന്ന് ഉറപ്പ് വരുത്തിയതിന് ശേഷം പ്രകാശേട്ടൻ കാലിൽ നിന്ന് പാരഗൺ ഊരി സ്ലിപ്പോൺസ് ഇടുന്നു. എന്നിട്ട് തിരിഞ്ഞ് നോക്കാതെ നടന്ന് പോകുന്നു.

കഥാകാരി: ഇത് പ്രകാശേട്ടൻ, ആള് ഊടായിപ്പിന്റെ ഉസ്താദാണ്. കാശുണ്ടാക്കാൻ ഏത് കുടുക്ക് വഴിയും കാശ് ലാഭിക്കാൻ ഏത് വളഞ്ഞ വഴിയും പ്രകാശേട്ടൻ നോക്കും.

ഹോട്ടൽ. ചെറുതല്ലാത്ത എന്നാൽ വലിയ ആഡംബരമില്ലാത്ത ഒരു ഹോട്ടൽ. ഹോട്ടലിന്റെ എൻട്രൻസിൽ തന്നെ മുതലാളി ക്യാഷ്യർ ആയി ഇരിക്കുന്നുണ്ട്. ആയിരത്തിന്റെ ഒരു കെട്ട് നോട്ട് എണ്ണിത്തീർക്കാനുള്ള തത്രപ്പാടിലാണ് അയാൾ. പ്രകാശേട്ടനും ജോണും ഹോട്ടലിലേക്ക് കയറി വരുന്നു. മുതലാളിയെ കണ്ടതും പ്രകാശേട്ടൻ, 'വാസുവണ്ണ, എങ്ങനെയുണ്ട് കച്ചവടമൊക്കെ?'

മുതലാളി ക്യാഷ് എണ്ണിക്കൊണ്ട്, 'ഓ... കച്ചോടം തീരെ മോശാ. എന്നാലും വല്യ തരക്കേടില്ലാതെ പോണ്ട്'

പ്രകാശേട്ടൻ കൂടെയുള്ള ജോണിനോട് പതിഞ്ഞ ശബ്ദത്തിൽ, 'എന്നിട്ട് ആയിരത്തിന്റെ നോട്ട് മാത്രാലോ എണ്ണണോള്ളൂ, അറുത്ത കൈയ്ക്ക് ഉപ്പ് തേക്കാത്ത അറു പിശുക്കനാന്നേ, പറഞ്ഞിട്ട് കാര്യല്ല.'

അവർ സംസാരിച്ചുകൊണ്ട് ഒരു ടേബിളിന്റെ അരികിൽ എത്തുന്നു. ഇരിക്കാൻ പാകത്തിന് ഒരു കസേര വലിച്ച് നീക്കിയിട്ടുകൊണ്ട് പ്രകാശേട്ടൻ,

'ഇരിക്ക്, ഇരുന്നോന്നെ. നമ്മടെ സ്വന്തം കട പോലെയാ. പക്ഷെ, ആ വിചാരം ഇവിടത്തെ കടക്കാർക്ക് ഇല്ലാന്നൊള്ളു.'

ജോൺ കസേരയിൽ ഇരുന്നുകൊണ്ട്, 'അതെന്താ?'

പ്രകാശേട്ടൻ ടേബിളിൽ ഇരുന്ന ഗ്ലാസിലേക്ക് ജഗ്ഗിൽ നിന്ന് വെള്ളം പകർത്തുന്നതിനിടയിൽ, 'പൈസ കൊടുത്താ മാത്രേ ഇവര് ഭക്ഷണം തരോളെന്നെ, എന്ത് കഷ്ടാലെ?'

സപ്ലയർ വരുന്നു, 'ഇവിടെ എന്താ വേണ്ടേ?'

ജോൺ 'എന്തൊക്കെയുണ്ട്?'

'എന്ത് വേണേലും ചോദിച്ചോ, നിങ്ങള് പറയണ ഐറ്റം അഞ്ച് മിനിറ്റിനുള്ളിൽ ടേബിളിൽ എത്തിയിരിക്കും. അതാണീ വാസൂസ് ഫാസ്റ്റ് ഫുഡ്'

പ്രകാശേട്ടൻ സപ്ലയറെ നോക്കിക്കൊണ്ട്, 'വാട്ട് കപ്പ് തോട്ട് മീ ഉണ്ടോ?'

ചെറിയ ഞെട്ടലോടെ സപ്ലയർ. 'എന്താന്ന്?'

'വാട്ട് കപ്പ് തൊട്ട് മീ!'

'ഇല്ല, അങ്ങനത്തെ ഹെവി റേഞ്ച് ഐറ്റംസൊന്നും ഇവിടെ എടുക്കാറില്ല. കാരണം ഇവിടെ ഈ ലോക്കൽസ് മാത്രേ അങ്ങനെ വരാറൊള്ളു. അവർക്കീ സായിപ്പുമാരുടെ ഭക്ഷണം ചിലപ്പോ ഇഷ്ടപ്പെട്ടെന്ന് വരില്ല. അതോണ്ടാ...'

'ങാ, അത് കുഴപ്പോല്ലാ', പ്രകാശേട്ടൻ ജോണിനെ നോക്കിക്കൊണ്ട്, 'എന്നാ പിന്നെ നമക്ക് കപ്പയും മീനും പറായാലേ'

ജോൺ 'മതിയാകും'

പ്രകാശേട്ടൻ സപ്ലയറെ നോക്കികൊണ്ട്, 'എന്നാ കപ്പയും നല്ല കാന്താരി ഇട്ട് വറ്റിച്ച മീൻ കറിയും എടുത്തോ'

സപ്ലയർ അൽപ്പം ആവേശത്തോടെ, 'ഇങ്ങനത്തെ ലോക്കൽ ഐറ്റമൊക്കെ ചോദിക്ക്, ദേ ഇപ്പൊ കൊണ്ട് വരാം.'

അയാൾ അവിടെ നിന്ന് പോകുന്നു. ജോൺ രണ്ട് കയ്യും ടേബിളിന്റെ പുറത്ത് കയറ്റി വെച്ചുകൊണ്ട്, 'അല്ലാ പ്രകാശേട്ടാ, അപ്പൊ ഈ വാട്ട് കപ്പ് തോട്ട് മീ എന്താ?'

'വാട്ടിയ കപ്പയും തോട്ടിലെ മീനും. നമ്മടെ ഇപ്പോഴത്തെ പിള്ളേരുടെ മെയിൻ നമ്പറല്ലേ അത്. ഇത് പോലും അറിയാത്ത അവനൊക്കെ ഏത് സായിപ്പിന്റെ മോനാണാവോ.'

ഭക്ഷണം കഴിച്ച് കഴിഞ്ഞ് ഉടുമുണ്ടിൽ കൈ തുടച്ചുകൊണ്ട് ഹോട്ടലിൽ നിന്ന് പുറത്തേക്കിറങ്ങുന്ന പ്രകാശേട്ടൻ ജോണിനോട്, 'അപ്പൊ ശെരി എന്നാ, സ്ഥലം വാങ്ങാൻ താല്പര്യമുണ്ടെങ്കി നാളെ തന്നെ പറയണം.'

'ഉറപ്പില്ല പ്രകാശേട്ടാ, അമ്മച്ചിക്ക് ആ സ്ഥലം ഇഷ്ടപ്പെടാൻ സാധ്യത കുറവാണ്'

പ്രകാശേട്ടന്റെ മുഖഭാവം മാറുന്നു. ചെറിയ നിരാശയോടെ, 'ഓ... എന്നാ പൊക്കോ. ഇനി ഇവിടെ നിന്നാട്ടെന്തിനാ...'

'ശെരിയെന്നാ, കാണാം' ജോൺ അവിടെ നിന്ന് നടന്ന് പോകുന്നു.

ജോൺ കേൾക്കാൻ പാകത്തിന് ഒച്ചയിൽ 'സൂക്ഷിച്ചൊക്കെ പോണേടാ പാണ്ടിലോറിയൊക്കെ പോണ റോഡാ'. നിരാശ കടിച്ചമർത്തികൊണ്ട് സ്വയം, 'നാറി. കയ്യിലിരുന്ന കാശുംകൊണ്ട് കപ്പേം തിന്ന് സ്ഥലോം കച്ചവടമായില്ല.' വലത് കയ്യ് കൊണ്ട് തല ചൊറിയുന്നു. 'ശ്ശെ, ഇന്നത്തെ മൂടും പോയി.'

അപ്പോഴാണ് ദൂരെനിന്ന് നടന്ന് വരുന്ന സുരേന്ദ്രനെ പ്രകാശേട്ടൻ ശ്രദ്ധിക്കുന്നത്. സുരേന്ദ്രന്റെ ശ്രദ്ധ പിടിച്ച് പറ്റാൻ വേണ്ടി പ്രകാശേട്ടൻ കൈവീശി വിളിക്കുന്നു.

'ശ് ശ്... ഏയ്... സുരേന്ദ്രേട്ടാ...' സുരേന്ദ്രൻ പ്രകാശേട്ടനെ തിരിഞ്ഞ് നോക്കുന്നു.

കഥാകാരി: ഇത് സുരേന്ദ്രൻ, ആനന്ദിന്റെ അച്ഛൻ

അടുത്തേക്ക് വരുന്ന പ്രകാശേട്ടനെ കണ്ടതും നടത്തം തുടർന്ന് കൊണ്ട് സുരേന്ദ്രൻ, 'എന്തേ പ്രകാശാ?'

'ഞാൻ ചേട്ടനെ കാണാനിരിക്കുവായിരുന്നു.'

'എന്തിന്?'

പ്രകാശേട്ടൻ സുരേന്ദ്രന്റെ ഒപ്പം നടന്നെത്തിക്കൊണ്ട്, 'ഞാനൊരു പുതിയ സ്ഥാപനം തുടങ്ങിയാർന്നെ, വിന്നേഴ്സ് അക്കാദമി. ട്യൂഷൻ സെന്ററാ.'

'ങാ, നമ്മടെ കവലേടെ വളവുങ്ങേ കാണുന്ന ബിൽഡിങ്ങിന്റെ മേളിലല്ലേ?'

'അത് തന്നെ. ഏഴാം ക്ലാസ് തൊട്ട് പ്ലസ് ടു വരെയുള്ള പിള്ളേർക്കാ ട്യൂഷൻ എടുക്കുന്നത്. പ്ലസ് ടുവിനും പ്ലസ് വണ്ണിനും വൈകിട്ട് തൊട്ട് രാത്രിവരെയാ. ചേട്ടന്റെ മോൻ പ്ലസ് ടുവല്ലേ?'

അവർ നടത്തം നിർത്തുന്നു. അൽപ്പം സംശയത്തോടെ സുരേന്ദ്രൻ 'അതെ'

'അവൻ പ്ലസ് വണ്ണില് ഇച്ചിരി ഉഴപ്പാർന്നെന്ന് ഞാൻ അറിഞ്ഞാർന്നു. പിള്ളേരെ കുറ്റം പറഞ്ഞിട്ടും കാര്യല്ല. പത്ത് വരെ ഉറക്കം കളഞ്ഞിരുന്ന് പഠിച്ചിട്ട് വീണ്ടും രണ്ട് കൊല്ലം പഠിക്കണോന്ന് അറിയുമ്പോ ചെറിയൊരു മടി കാണും. സാരോല്ല, ഞാൻ ശെരിയാക്കിയെടുത്തോളം.'

പ്രകാശേട്ടൻ പറഞ്ഞ് വരുന്നത് എങ്ങോട്ടാണെന്ന് സുരേന്ദ്രന് അത്രക്കങ്ങ് പിടികിട്ടിയില്ല. 'എന്താ പറഞ്ഞ് വരുന്നേ?'

'അതായത് ഈ പ്ലസ് ടുന്ന് പറയുമ്പോ ശെരിക്കും ശ്രദ്ധിക്കേണ്ട ഒരു സമയാ. ഇപ്പൊ ഒന്ന് ശ്രദ്ധിച്ചാ കൊച്ചിന്റെ ഭാവി സുരക്ഷിതമായിരിക്കും. അപ്പൊ അവനെ എന്റെ കയ്യിൽ ഏൽപ്പിക്കുവാണേൽ പ്ലസ് ടു നല്ല മാർക്കോട് കൂടി ജയിക്കണത് ഞാൻ കാണിച്ച് തരാം.'

സുരേന്ദ്രൻ ഒരു മൂന്ന് സെക്കൻഡ് ആലോചിച്ചിട്ട്, 'അല്ലാ പ്രകാശാ അവൻ...'

സുരേന്ദ്രനെ പറയാൻ സമ്മതിക്കാതെ ഇടയിൽ കയറിക്കൊണ്ട്, 'ഒന്നും പറയണ്ട. അവന്റെ കാര്യം ദേ ഞാനേറ്റു. നാളെ വൈകിട്ട് തന്നെ അവനോട് വന്ന് ചേർന്നോളാൻ പറ. ഞാനെന്നാ പോയേക്കുവാ... പിന്നെ ഇതിനൊന്നും ഒരു മടിയും കാണിച്ചേക്കരുത്. കൊച്ചിന്റെ ഭാവിയാണ് നമുക്ക് വലുത്. അപ്പൊ ശെരി എന്നാ...'

പ്രകാശേട്ടൻ അവിടെ നിന്ന് നടന്ന് പോകുന്നു. സുരേന്ദ്രൻ ചിന്താകുലനായി വിജനതയിലേക്ക് നോക്കി നിൽക്കുന്നു.

കഥാകാരി: ആ നിമിഷം മുതൽ സുരേന്ദ്രന്, ആനന്ദിന്റെ ഭാവിയെ കുറിച്ചുള്ള ചിന്ത കൂടിവന്നു.

വിന്നേഴ്സ് അക്കാദമിയുടെ താഴെയുള്ള കവല. സുരേന്ദ്രൻ റോഡ് സൈഡിലൂടെ നടന്ന് വരുന്നു. കവലയിലെ ഓട്ടോ സ്റ്റാൻഡിന്റെ അടുത്തെത്തുമ്പോൾ സുരേന്ദ്രനെ കണ്ടതും ഓട്ടോ ഡ്രൈവർ മുരളി, 'സുരേന്ദ്രാ'

മുരളി വിളിക്കുന്നത് കേട്ടതും നടത്തം നിർത്തി തിരിഞ്ഞ് നോക്കിക്കൊണ്ട് സുരേന്ദ്രൻ, 'ഓ... എങ്ങനാ. ഇപ്പൊ ഓട്ടമൊക്കെ ഇണ്ടോ?'

'ഓ, കുഴപ്പോല്ലാതെ അങ്ങ് പോണ്. പിന്നെ ഓട്ടൊക്കെ ഇപ്പൊ തീരെ കുറവാലോ.'

'മ് മ് മ്...'

'നമ്മടെ അനന്ദു ഇപ്പൊ പ്ലസ് ടുവിലല്ലേ. അവനെങ്ങനാ, നന്നായിട്ട് പഠിച്ചോളോ?'

'ഓ... കുഴപ്പോല്ലാതെ'

'മ് മ് മ്... അവനോട് നന്നായിട്ട് പഠിക്കാൻ പറ. പ്ലസ് ടുവൊക്കെ അല്ലെ, കൊച്ചിന്റെ ഭാവിയാ'

ഇത് കേട്ടതും സുരേന്ദ്രൻ അൽപ്പം ടെൻഷനോടെ തൊട്ടടുത്തുള്ള ബിൽഡിങ്ങിന്റെ മുകളിലുള്ള വിന്നേഴ്സ് അക്കാദമി ട്യൂഷൻ സെന്ററിലേക്ക് നോക്കുന്നു.

കഥാകാരി: അങ്ങനെ, ആനന്ദ് അറിയാതെ അവന്റെ ജീവിതത്തിലെ ഒരു പൂട്ട് കൂടി വീണ് കഴിഞ്ഞു.

ബിൽഡിങ്ങിന്റെ താഴെയുള്ള പലചരക്ക് കട ഉടമസ്ഥൻ ഷട്ടർ ഇട്ടതിന് ശേഷം താഴിട്ട് പൂട്ടുന്നു.

നാല്

ആനന്ദിന്റെ വീട്. ഓട് മേഞ്ഞ പഴയ ചെറിയൊരു വീട്. തറയിൽ ടൈലിന് പകരം കറുത്ത ചാന്താണ് ഉപയോഗിച്ചിരിക്കുന്നത്. വീടിന്റെ മുൻവശത്ത് കസേരയിൽ ഇരുന്ന് പത്രം വായിക്കുന്ന സുരേന്ദ്രൻ സ്വയം, 'ഒന്ന്...'

അകത്ത് അടുക്കളയിൽ നിന്ന് ആനന്ദിന്റെ അമ്മ ലക്ഷ്മിയുടെ പരാതി പറച്ചിൽ കേൾക്കാം. 'അരി തീരാറായി. കൂട്ടാൻ വെക്കാൻ ഒരു സാധനം പോലുമില്ല. പഞ്ചസാരയാണെങ്കി ഇന്നത്തേക്കും കൂടിയേയുള്ളൂ.'

സുരേന്ദ്രൻ പത്രത്തിന്റെ പേജ് മറിച്ചുകൊണ്ട്, 'രണ്ട്... മൂന്ന്...'

ലക്ഷ്മി ഒരു സ്റ്റീൽ കപ്പിൽ ചായയുമായി സുരേന്ദ്രന്റെ അടുത്തേക്ക് വന്നുകൊണ്ട്, 'നിങ്ങളിങ്ങനെ രാവിലെ തന്നെ പത്രോം വായിച്ചോണ്ട് ഇരുന്നോ മനുഷ്യാ...'

സുരേന്ദ്രൻ പത്രം മടക്കി പിടിച്ച് ലക്ഷ്മിയുടെ നേരെ നോക്കിക്കൊണ്ട്, 'എന്നാ ഞാൻ നാളെ മുതല് വെളുപ്പിന് എണീച്ചിരുന്ന് അരി വറുക്കാം'

ലക്ഷ്മി ഒന്നും മിണ്ടാതെ ദേഷ്യത്തോടെ ചായ കപ്പ് സുരേന്ദ്രന്റെ കയ്യിൽ കൊടുത്തിട്ട് അകത്തേക്ക് കയറി പോകുന്നു. സുരേന്ദ്രൻ ഒരു കയ്യിൽ ചായയും മറു കയ്യിൽ പത്രവും പിടിച്ച് കളിയാക്കുന്ന രീതിയിൽ 'അല്ലാ പിന്നെ'. ചായ കുടിച്ചുകൊണ്ട് വായന തുടരുന്നു.

ആനന്ദ് മുറിയിൽ തന്റെ കട്ടിലിൽ സുഖമായി പുതച്ചുമൂടി കിടന്നുറങ്ങുകയാണ്. മുറിയിൽ ഒരു ചെറിയ ഇരുമ്പിന്റെ അലമാരയും ബുക്ക് വെക്കാനുള്ള ടേബിളുമുണ്ട്. അലമാരയിൽ മമ്മുക്കയുടെയും ലാലേട്ടന്റെയും ഒക്കെ ഫോട്ടോകൾ ഒട്ടിച്ച്

വെച്ചിട്ടുണ്ട്. ലക്ഷ്മി വന്ന് നോക്കുമ്പോൾ സുഖമായി ഉറങ്ങുന്ന ആനന്ദിനെയാണ് കാണുന്നത്. സുരേന്ദ്രനോടുള്ള ദേഷ്യത്തോടെ ഫാൻ ഓഫാക്കികൊണ്ട്, 'ഡാ അനന്ദു... എണീറ്റെ. സമയം എട്ടരയായി. നിനക്കിന്ന് സ്കൂളിൽ പോണ്ടേ?'

ശേഷം ലക്ഷ്മി അവിടെ നിന്ന് അടുക്കളയിലേക്ക് പോകുന്നു. സമയം വൈകിയെന്ന് കേട്ട ഉടനെ ആനന്ദ് ഉറക്കച്ചടവോടെ തന്നെ കണ്ണുകൾ തുറന്ന് കട്ടിലിൽ എഴുന്നേറ്റ് ഇരുന്നുകൊണ്ട് ഹാളിലെ ക്ലോക്കിലേക്ക് നോക്കുന്നു. സമയം 7:15. അൽപ്പം ദേഷ്യത്തോടെ 'സമയം ഏഴര പോലും ആയില്ലല്ലോ.' ഉറക്കച്ചടവോടെ തന്നെ തല മാന്തികൊണ്ട്, 'എന്ത് കഷ്ടാത്' അവൻ ഒരു കോട്ടുവാ ഇട്ടുകൊണ്ട് മുണ്ട് നേരെയുടുത്ത് അവിടെ നിന്നെഴുന്നേറ്റ് ഹാള് വഴി വീടിന്റെ പുറത്തേക്കിറങ്ങുന്നു. സുരേന്ദ്രൻ ഇരിക്കുന്നത് ശ്രദ്ധിക്കാതെ ആനന്ദ് മുറ്റത്തേക്കിറങ്ങി കുറച്ച് മുന്നോട്ട് നടന്ന് മുൻവശത്ത് തന്നെ മൂത്രമൊഴിക്കുന്നു. സുരേന്ദ്രൻ പത്രം നോക്കിക്കൊണ്ട്, 'വാഴക്കൃഷി നഷ്ടത്തിൽ'. ആനന്ദ് പെട്ടെന്ന് ഞെട്ടുന്നു. അവൻ മുണ്ട് നേരെയിട്ട് തിരിഞ്ഞ് അച്ഛനെ നോക്കി ചെറിയ ചമ്മലോടെ നിൽക്കുന്നു. പത്രം മടക്കിക്കൊണ്ട്, 'എന്താടാ ഇത്? പോത്ത് പോലെ വളർന്നില്ലേ. നിനക്കിവിടെ നിന്ന് മൂത്രമൊഴിക്കാനാണെങ്കി കക്കൂസെന്തിനാ?'

'കക്കൂസ് അല്ലച്ഛാ, ടോയ്ലെറ്റ്.'

'ഓഹോ, അപ്പൊ അതൊക്കെ അറിയാം. നീ കഴിഞ്ഞ പരീക്ഷക്ക് എത്രയെണ്ണത്തിന് പൊട്ടി?'

ആനന്ദ് സോപ്പിടാനെന്ന മട്ടിൽ പതിയെ പുഞ്ചിരിച്ച് അച്ഛന്റെ നേരെ ചെന്നുകൊണ്ട്, ' അച്ഛാ ഈ ബയോ മാത്സ് ഇച്ചിരി പാടൊള്ള ഗ്രൂപ്പാണ്. അപ്പൊ പഠിക്കാൻ അതിന്റേതായ ചെറിയൊരു ബുദ്ധിമുട്ട്. അത്രേയുള്ളൂ.'

'ഞാൻ ചോദിച്ചതിന് ഉത്തരം കിട്ടിയില്ല'

ലക്ഷ്മിയും വീടിന് പുറത്തേക്ക് വരുന്നു. ആനന്ദ് തല കുനിച്ചുകൊണ്ട്, 'രണ്ട്'

'അപ്പൊ നീ എന്റെയടുത്ത് പറഞ്ഞത് എല്ലാത്തിനും ജയിച്ചെന്നാലോ!' ആനന്ദിന്റെ മറുപടി കേട്ടതും ആശ്ചര്യത്തോടെ ലക്ഷ്മി പറഞ്ഞു.

'അത് കുഴപ്പമില്ലമ്മേ, സേ പരീക്ഷയെഴുതി ജയിച്ചോളാം.'

സുരേന്ദ്രൻ ആനന്ദിനെ ദേഷ്യത്തോടെ നോക്കുന്നു. ആനന്ദ് ആരുടേയും നേരെ നോക്കാതെ തല കുനിച്ച് നിൽക്കുന്നു. അൽപ്പം ഗൗരവത്തോടെ സുരേന്ദ്രൻ 'പ്ലസ് ടൂവെന്ന് പറയുമ്പോ നിന്റെ ഭാവിയാ. അതുകൊണ്ട് മര്യാദക്ക് പഠിച്ചാ നിനക്ക് കൊള്ളാം. ഇനിയതല്ല ഉഴപ്പാനാണ് നിന്റെ തീരുമാനമെങ്കി, പരീക്ഷ കഴിയുമ്പോ ഒരു പെയിന്റ് ബ്രഷ് എടുത്ത് ഞാൻ കയ്യിൽ തരും. മര്യാദക്ക് എന്റെ കൂടെ പണിക്ക് വന്നോണം.'

ആനന്ദ് പെട്ടെന്ന് തലപൊക്കി സുരേന്ദ്രനെ നോക്കുന്നു. 'വേണ്ടച്ഛാ ഞാൻ പഠിച്ചോളാം.' സുരേന്ദ്രൻ ദേഷ്യത്തോടെ തന്നെ നോക്കുന്നു. ആനന്ദ് ചെറിയ പേടിയോടെ, 'പഠിക്കും'.

'എന്നാ നീയിന്ന് വൈകിട്ട് സ്കൂള് വിട്ടുകഴിയുമ്പോ പ്രകാശന്റെ ട്യൂഷൻ സെന്ററിൽ പോണം.'

അൽപ്പം ഞെട്ടലോടെ ആനന്ദ്, 'ട്യൂഷനാ!'

സുരേന്ദ്രൻ വീണ്ടും ദേഷ്യത്തോടെ നോക്കുന്നു.

'പോകാം... പോവും...'

ആനന്ദ് നിസ്സഹായാവസ്ഥയോടെ ലക്ഷ്മിയെ നോക്കുന്നു. ലക്ഷ്മി കൈ കൊണ്ട് വായ പൊത്തിപ്പിടിച്ച് പതിയെ ചിരിക്കുന്നു.

അഞ്ച്

സ്കൂൾ. കണക്കിന്റെ ഒരു പ്രോബ്ലം ബോർഡിൽ ചെയ്യുന്ന ജോഫി സർ. ഫസ്റ്റ് പിരീഡ് തന്നെ ഉറക്കം തൂങ്ങിയിരിക്കുന്ന കുറച്ച്പേർ. എല്ലാവരും യൂണിഫോമിലാണുള്ളത്. ആന്റപ്പനും ആനന്ദും രഞ്ജിത്തും സെക്കൻഡ് ലാസ്റ്റ് ബെഞ്ചിൽ ഇരിക്കുന്നുണ്ട്. ആന്റപ്പൻ നല്ല ഉറക്കത്തിലാണ്. രഞ്ജിത്ത് ബോർഡിലേക്ക് നോക്കി ഒരു കഷ്ണം പേപ്പറിൽ എന്തൊക്കെയോ എഴുതി എടുക്കുന്നു. ചിന്താകുലനായിക്കൊണ്ട് ആനന്ദ് രഞ്ജിത്തിനോട്, 'എടാ നീ ഒന്ന് പറ.'

പേപ്പറിൽ എഴുതികൊണ്ട് തന്നെ രഞ്ജിത് 'എന്ത് പറയാൻ?'

'ട്യൂഷന്റെ കാര്യം'

'നീ ഒന്ന് മിണ്ടാതിരുന്നേ. എന്റെ കോൺസെൻട്രേഷൻ പോണു.'

ആനന്ദ് രഞ്ജിത് എഴുതുന്ന പേപ്പറിലേക്ക് നോക്കിക്കൊണ്ട്, 'അതിന് ഈ തുണ്ട് കടലാസിൽ എഴുതിയെടുത്തിട്ട് നീ എന്ത് പഠിക്കാനാ?'

രഞ്ജിത്ത് എഴുത്ത് നിർത്തി ആനന്ദിന്റെ നേരെ നോക്കികൊണ്ട്, 'അതിന് പഠിക്കാനാണെന്ന് ആര് പറഞ്ഞ്?'

'പിന്നെന്തിനാ?'

'എടാ, ഇപ്പൊ തുണ്ടുകടലാസിൽ എഴുതിയെടുത്ത പിന്നെ എക്സാമിന്റെ തലേന്നിരുന്ന് തുണ്ടെഴുതണ്ട. ഇത് തന്നെ യൂസ് ചെയ്യാലോ. Be practical man.'

രഞ്ജിത്തിന്റെ ഒച്ചയിലുള്ള സംസാരം കേട്ട് ഉറക്കത്തിൽ നിന്ന് ഞെട്ടി എഴുന്നേറ്റശേഷം കണ്ണ് തുറക്കാതെ തന്നെ ആന്റപ്പൻ,

'എന്റെ പൊന്ന് മക്കളെ ഒന്ന് ഊഞ്ഞാലാടാതിരി. ഞാനൊന്ന് ധോണീടൊപ്പം ബാറ്റിങ്ങിന് ഇറങ്ങിക്കോട്ടെ.'

ആന്റപ്പൻ വീണ്ടും ഡെസ്കിലേക്ക് തലവെച്ച് കിടക്കുന്നു. ക്ലാസിലുള്ള എല്ലാവരും ഇവരെ മൂന്ന് പേരെയും നോക്കുന്നു. 'ഇവനെന്താ പരിസരബോധമില്ലാതെ സംസാരിക്കണെ?' എന്താ നടന്നതെന്ന് മനസ്സിലാകാതെ ആനന്ദ് സ്വയം ചോദിച്ചു.

രഞ്ജിത്ത്, 'ഉറക്കപ്പിച്ചാ...'

ജോഫി സാർ ദേഷ്യത്തോടെ നോക്കുന്നു. ആനന്ദും രഞ്ജിത്തും എഴുന്നേറ്റ് നിൽക്കുന്നു. രഞ്ജിത്ത് സാറിനെ നോക്കിക്കൊണ്ട് തന്നെ കാല് കൊണ്ട് ആന്റപ്പനെ തട്ടി വിളിച്ചെഴുന്നേൽപ്പിക്കാൻ ശ്രമിക്കുന്നു, 'ആന്റപ്പാ... ആന്റ...'

ആനന്ദും രഞ്ജിത്തും ആന്റപ്പനും ക്ലാസിന് വെളിയിൽ ഭിത്തിയോട് ചേർന്ന് നിൽക്കുന്നു. ക്ലാസിൽ നിന്ന് ജോഫി സാർ പിള്ളേരോട് 'എന്റെ പത്ത് വർഷ എക്സ്പീരിയൻസിന്റെ ഇടക്ക് ഇതുപോലത്തെ തലതെറിച്ച പിള്ളേരെ ഞാൻ കണ്ടിട്ടില്ല. എല്ലാവരും ശ്രദ്ധിച്ചിരിക്ക്.'

സർ ക്ലാസ് എടുക്കുന്നത് തുടരുന്നു. രഞ്ജിത്ത് ആന്റപ്പനെ നോക്കിക്കൊണ്ട്, 'ആര് ഊഞ്ഞാലാടാൻ പോയപ്പോഴാ നീ ധോണീടെ കൂടെ കളിക്കാൻ പോയേന്ന്?'

ആന്റപ്പൻ പതിയെ പുഞ്ചിരിക്കുന്നു.

പുച്ഛത്തോടെ രഞ്ജിത്, 'കഷ്ടം'

ആനന്ദ് 'അതൊക്കെ പോട്ടെ, ട്യൂഷന്റെ കാര്യം എന്താ ചെയ്യണ്ടേ?'

'ഒറ്റ മിനിറ്റ്' രഞ്ജിത്ത് കാര്യമായി എന്തോ ആലോചിക്കാൻ തുടങ്ങുന്നു.

ആന്റപ്പൻ 'എന്തുവാടെ ഇത്. ഇതിനാണോ നീ ഇത്രേം ചിന്തിക്കണേ?'

ആനന്ദ് 'ആന്നേ...'

രഞ്ജിത് ഇടത് കൈകൊണ്ട് തല പതിയെ ചൊറിയുന്നു. ക്ഷമ നശിച്ച ആനന്ദ്, 'എന്റെ പൊന്ന് രഞ്ജിത്തേ നീ ഇങ്ങനെ ചിന്താവിഷ്ടനായ ശ്യാമളനെ പോലെ നിൽക്കാതെ എന്തെങ്കിലുമൊന്ന് പറാന്നെ.'

‘ഒരു വഴിയുണ്ട്’

ആനന്ദും ആന്റപ്പനും ആകാംഷയോടെ രഞ്ജിത്തിനെ നോക്കുന്നു.

‘നീ രണ്ട് ദിവസം ട്യൂഷന് പോണം. എന്നിട്ട് മൂന്നാമത്തെ ദിവസം അച്ഛനോട് പറയണം അവിടെ പഠിപ്പിക്കണതൊന്നും മനസ്സിലാവണില്ല, പൈസക്ക് വേണ്ടി മാത്രം തുടങ്ങിയതാ അതെന്നൊക്കെ. പിന്നെ നിന്നെ ട്യൂഷന് പോകാൻ നിർബന്ധിക്കില്ല.’

ആനന്ദിന്റെ മുഖത്ത് ഒരു പുഞ്ചിരി വിടരുന്നു, ‘അത് കൊള്ളാം.’

രഞ്ജിത് ‘പിന്നെ നീയായോണ്ട് പറയാ, ട്യൂഷൻ ക്ലാസാണ്. കാണാൻ കൊള്ളാവുന്ന ഒരുപാട് പെൺപിള്ളേരുണ്ടാകും. അതുകൊണ്ട് നീ അവിടെ ചെന്നിട്ട് കടിച്ച് തൂങ്ങി നിക്കരുത്.’

‘ഏയ് ഞാനോ... എനിക്ക് വേറെ പണിയില്ലേ...’

ആനന്ദ് പുഞ്ചിരിയോടെ തന്നെ എന്തോ കാര്യമായി ചിന്തിച്ചുകൊണ്ട് നിൽക്കുന്നു.

ആറ്

കവലയിൽ വിന്നേഴ്സ് അക്കാദമി ട്യൂഷൻ സെന്ററുള്ള ബിൽഡിങ്ങിന്റെ താഴെ തന്നെയാണ് ബസ്സുകൾ നിർത്താറുള്ളത്. ബസ്സിറങ്ങി ആനന്ദ് തൊട്ട് നേരെ കാണുന്ന കടയിലേക്ക് നടക്കുന്നു. കടയിലെ ചേട്ടനോട്, 'ചേട്ടാ ഈ വിന്നേഴ്സ് അക്കാദമി?'

'മൂന്നാമത്തെ നിലയില്'

ആനന്ദ് ആ ബിൽഡിങ്ങിന്റെ മുകളിലേക്ക് നോക്കുന്നു. ബിൽഡിങ്ങിന്റെ സൈഡിലാണ് കോണിപ്പടികളുള്ളത്. അവൻ മുകളിലേക്കുള്ള കോണിപ്പടികൾ കയറുന്നു.

കഥാകാരി: ആ കോണിപ്പടികൾ കയറുമ്പോൾ അവൻ അറിഞ്ഞിരുന്നില്ല. ജീവിതത്തിൽ ഒരിക്കലും മറക്കാൻ പറ്റാത്ത അനുഭവങ്ങളായിരിക്കും ഇനി നടക്കാൻ പോകുന്നതെന്ന്. ആനന്ദിന്റെ ആദ്യ പ്രണയം.

അവൻ വരാന്തയിലൂടെ നടന്ന് ട്യൂഷൻ ക്ലാസിന്റെ മുന്നിലെത്തുന്നു. വിന്നേഴ്സ് അക്കാദമി എന്ന ബോർഡ് മുന്നിൽ തൂക്കിയിട്ടിട്ടുണ്ട്. അവൻ മനസില്ലാമനസോടെ ട്യൂഷൻ ക്ലാസിലേക്ക് കയറുന്നു.

ഒരു വലിയ ഹാൾ. ആ ഹാളിനെ മൂന്നാല് കർട്ടനുകൾ വെച്ച് ക്ലാസ്സുകളാക്കി തിരിച്ചിരിക്കുന്നു. അതിൽ രണ്ടാമത്തെ ക്ലാസ്സിന്റെ കർട്ടനിൽ പ്ലസ് ടു ബാച്ച് എന്ന് എഴുതി തൂക്കിയിട്ടിട്ടുണ്ട്. ആനന്ദ് ആ ക്ലാസിലെ ഒരു ബെഞ്ചിൽ ചെന്നിരിക്കുന്നു. ഇടക്കിടക്ക് കുറച്ച് പെൺപിള്ളേർ കയ്യിൽ ബുക്കുമായി വരുന്നുണ്ടെങ്കിലും അവരെല്ലാം വേറെ ക്ലാസുകളിലേക്കാണ് പോകുന്നത്. ആനന്ദിന്റെ മുഖത്തെ നിരാശ പ്രകടമാണ്. അവൻ നിരാശയോടെ തന്നെ സൈഡിലേക്ക് തിരിഞ്ഞ് നോക്കുമ്പോൾ അഭിരാമി

നടന്ന് വരുന്നത് കാണുന്നു. കണ്മഷി ഇട്ട കണ്ണുകൾ. നെറ്റിയിൽ ചുവന്ന കുറി. ഒറ്റ നോട്ടത്തിൽ മൂക്കുത്തി തെളിഞ്ഞ് കാണാം. കറുത്ത ടി ഷർട്ടും പാവാടയും ധരിച്ച് കയ്യിൽ ഒരു ബുക്കും പൗച്ചുമായി അവൾ വരുന്നു. അഭിരാമിയെ തന്നെ നോക്കികൊണ്ടിരിക്കുന്ന ആനന്ദ്. അവൾ ആനന്ദിന്റെ മുന്നിൽ ഇട്ടിരിക്കുന്ന ബെഞ്ചിൽ ചെന്നിരിക്കുന്നു. ആനന്ദിന്റെ മുഖത്ത് എന്തെന്നില്ലാത്ത സന്തോഷം വിടരുന്നു. അഭിരാമി ആനന്ദിനെ തിരിഞ്ഞ് നോക്കുന്നു. അവളുടെ ആ നോട്ടം ഒരു പുഞ്ചിരിയോടെ തന്നെ നോക്കിയിരിക്കുന്ന ആനന്ദ്.

അഭിരാമി 'പുതിയ അഡ്മിഷനാണോ?'

'ങേ!'

'പുതിയ അഡ്മിഷനാണോന്ന്?'

'ങാ... അതെ'

അവൾ ഷേക്ക് ഹാൻഡ് കൊടുക്കാൻ കൈ നീട്ടുന്നു. 'ഞാൻ അഭിരാമി. ഇവിടെയൊക്കെ തന്നെ ഉള്ളതാ...'

ആനന്ദ് അഭിരാമിയുടെ കയ്യിലേക്ക് നോക്കുന്നു. രഞ്ജിത്ത് പറഞ്ഞത് അവന്റെ കാതുകളിൽ മുഴങ്ങി. 'ട്യൂഷൻ ക്ലാസാണ്. കാണാൻ കൊള്ളാവുന്ന ഒരുപാട് പെൺപിള്ളേരുണ്ടാകും. അതുകൊണ്ട് നീ അവിടെ ചെന്നിട്ട് കടിച്ച് തൂങ്ങി നിക്കരുത്.'

ആനന്ദിന്റെ ശ്രദ്ധ തിരിച്ചുകൊണ്ടുവരാൻ അഭിരാമി തൊണ്ട ഇടറിക്കുന്നു. ആനന്ദ് പെട്ടെന്ന് സ്വപ്ന ലോകത്ത് നിന്ന് തിരിച്ച് വരുന്നു. അവൻ ഒരു പുഞ്ചിരിയോടെ ഷേക്ക് ഹാൻഡ് കൊടുക്കുന്നു. 'ആനന്ദ്, ഇവിടെയൊക്കെ തന്നെ കാണും'.

രാത്രി, കവല. ട്യൂഷൻ കഴിഞ്ഞ് ഇറങ്ങി വരുന്ന ആനന്ദ്. ട്യൂഷന് വന്ന കുട്ടികൾ അവരവരുടെ സൈക്കിളുകളിൽ വീട്ടിലേക്ക് പോകുന്നു. കവലയിൽ ആനന്ദിനെ കാത്ത് സ്പ്ലെൻഡർ ബൈക്കിൽ ഇരിക്കുന്ന സുരേന്ദ്രന്റെ അടുത്തേക്ക് അവൻ ചെല്ലുന്നു.

'എങ്ങനെയുണ്ടായിരുന്നെടാ ട്യൂഷനൊക്കെ?'

ആനന്ദ് ബൈക്കിൽ കയറിക്കൊണ്ട്, 'കൊള്ളാം. കുറച്ചൂടെ നേരത്തെ ചേരേണ്ടതായിരുന്നു.'

സുരേന്ദ്രൻ ചെറിയ ഞെട്ടലോടെ ആനന്ദിനെ നോക്കുന്നു.

ചെറിയ പുഞ്ചിരിയോടെ ആനന്ദ്, 'പോകാം'. സുരേന്ദ്രൻ കിക്കറടിച്ച് ബൈക്ക് സ്റ്റാർട്ട് ചെയ്ത് മുന്നോട്ട് എടുക്കുമ്പോൾ തന്നെ പ്രകാശേട്ടൻ അവരുടെ അടുത്തേക്ക് വരുന്നു.

'ഇവനിന്ന് ചേർന്നൂലെ'

സുരേന്ദ്രൻ 'ങാ...'

പ്രകാശേട്ടൻ ആനന്ദിനെ നോക്കിക്കൊണ്ട്, 'എങ്ങനെയുണ്ടായിരുന്നു... കൊള്ളാവോ?'

'അടിപൊളിയാ... ഇത്രയും നന്നായിട്ട് സ്കൂളിൽ പോലും പഠിപ്പിക്കൂലാ'

പ്രകാശേട്ടൻ ഒരു ഞെട്ടലോടെ ആനന്ദിനെ നോക്കി നിൽക്കുന്നു, 'ങേ..!'

സുരേന്ദ്രൻ 'എന്നാ ഞങ്ങള് പോയേക്കുവാ പ്രകാശാ'

ഞെട്ടലോടെ തന്നെ പ്രകാശൻ, 'പോകുവാണോ... പൊക്കോ...'

സുരേന്ദ്രനും ആനന്ദും അവിടെ നിന്ന് ബൈക്കിൽ പോകുന്നു. പ്രകാശേട്ടൻ ഞെട്ടലോടെ തന്നെ മുകളിലെ ട്യൂഷൻ ക്ലാസിലേക്ക് നോക്കിനിന്ന ശേഷം പതിയെ പുഞ്ചിരിച്ച് അഭിമാനത്തോടുകൂടി ചുറ്റുമൊന്ന് നോക്കുന്നു.

ഏഴ്

ആനന്ദ് ട്യൂഷന് ചേർന്നിട്ടിപ്പോ ഒരാഴ്ച കഴിഞ്ഞു. അവൻ ട്യൂഷൻ ക്ലാസിലേക്ക് കയറി വരുമ്പോൾ അഭിരാമിയും അശ്വതിയും ഫ്രണ്ട് ബെഞ്ചിൽ ഇരുന്ന്കൊണ്ട് ബാക്കിലേക്ക് തിരിഞ്ഞ് പുതിയ അഡ്മിഷൻസായ ജോജുവിനോടും അലനോടും സംസാരിച്ചിരിക്കുന്നതാണ് കാണുന്നത്. അഭിരാമിയെ മാത്രം പ്രതീക്ഷിച്ച് വന്ന ആനന്ദിന്റെ മുഖത്ത് നിരാശ പ്രകടമായിരുന്നു. അവൻ രണ്ടാമത്തെ ബെഞ്ചിൽ ജോജുവിന്റെ അടുത്ത് ചെന്നിരുന്നു. ആനന്ദിനെ കണ്ടതും പരിചയപ്പെടാമെന്ന രീതിയിൽ കൈ കൊടുത്തുകൊണ്ട്,

'ഞാൻ ജോജു, പുതിയ അഡ്മിഷനാ...'

ചിരിച്ചുകൊണ്ട്, 'ആനന്ദ്'

ആനന്ദ് അലന്റെ നേരെ നോക്കുന്നു. അവനും കൈ കൊടുത്തുകൊണ്ട്, 'അലൻ'

അവരെ പരിചയപ്പെട്ടതിന് ശേഷം ആനന്ദ് അഭിരാമിയെ നോക്കുന്നു.

അഭിരാമി ' ഭയങ്കര ഐശ്വര്യമുള്ള ആളാണല്ലോ...'

'അതെന്താ?'

'നീ ചേർന്ന് ഒരാഴ്ചക്കുള്ളിൽ തന്നെ രണ്ട് പേര് പുതിയതായി ചേർന്നില്ലേ'

'അങ്ങനെയാണെങ്കി നീയല്ലേ ഐശ്വര്യമുള്ളയാള്. കാരണം നീ ചേർന്നതിന് ശേഷമല്ലേ ഞങ്ങളൊക്കെ വന്നത്'

അഭിരാമി ഒരു പുഞ്ചിരിയോടെ, 'അതും ശെരിയാണ്'

'ഒരു സത്യം പറയട്ടെ'

'ന്താ?'

'ഞാൻ നിന്നെ നേരത്തെ എവിടെയോ വെച്ച് കണ്ടിട്ടുണ്ട്'

അഭിരാമി അൽപ്പം സംശയത്തോടെ, 'എവിടെ?'

'അതോർമ്മയില്ല. പക്ഷെ, എവിടെയോ കണ്ടിട്ടുള്ളപോലെ'

'ആക്കിയതാണല്ലേ...'

'അല്ലാ, സത്യമായിട്ടും കണ്ടിട്ടുണ്ട്'

ജോജു ആനന്ദിന്റെ തോളിൽ തട്ടിക്കൊണ്ട്, 'അതേ...'

ആനന്ദും അഭിരാമിയും ജോജുവിനെ നോക്കുന്നു. ആനന്ദിനോടായി ജോജു 'ഈ വർത്താനം നിർത്തീട്ട് ഒന്ന് പഠിക്കാൻ പാടില്ലേ. നീയൊക്കെ പഠിക്കാൻ വേണ്ടി തന്നെ വന്നതാണോ?'

ആനന്ദ് ഒരു ഞെട്ടലോടെ ജോജുവിനെ നോക്കിയിരിക്കുന്നു. അഭിരാമി കളിയാക്കുന്ന രീതിയിൽ പതിയെ പുഞ്ചിരിച്ച് തിരിഞ്ഞിരിക്കുന്നു. ജോജു ബാഗിൽ നിന്ന് ഒരു ബുക്കെടുത്ത് തുറന്ന് വെച്ചുകൊണ്ട്, 'വീട്ടുകാരെ പറ്റിക്കാൻ വേണ്ടി ഓരോന്ന് ട്യൂഷനെന്ന് പറഞ്ഞ് ഇറങ്ങിക്കോളും.'

ആനന്ദ് ചമ്മലോടെ നേരെ നോക്കിയിരിക്കുന്നു. അഭിരാമി പതിയെ ആനന്ദിനെ തിരിഞ്ഞ് നോക്കിക്കൊണ്ട്, 'ശ് ശ്...'

ആനന്ദ് അഭിരാമിയെ നോക്കുന്നു. അഭിരാമി തലകൊണ്ട് അടുത്തേക്ക് വരാൻ ആംഗ്യം കാണിക്കുന്നു. ആനന്ദ് അവളുടെ അടുത്തേക്ക് തല നീട്ടി പിടിക്കുന്നു. പതിഞ്ഞ ശബ്ദത്തിൽ അഭിരാമി, 'കാര്യമാക്കണ്ട, കൊല പഠിപ്പിയാ. എന്റെ ക്ലാസിൽ പഠിക്കണതാ'

'ആണോ!'

'മാത്രല്ല, പുള്ളിക്കാരന് എന്നോടൊരു ഇത്. അപ്പൊ നീ എന്നോട് സംസാരിക്കണത് കാണുമ്പോ പുള്ളിക്ക് അത്ര പിടിക്കില്ല'

ചെറിയ സംശയത്തോടെ, 'അല്ല അപ്പൊ നിനക്കോ?'

'അയ്യേ... അവനെ നോക്കാൻ എനിക്ക് വട്ടൊന്നുമില്ല.'

ആശ്വാസത്തോടെ ആനന്ദ്, 'ഹോ!'

അഭിരാമി അൽപ്പം സംശയത്തോടെ 'എന്ത്യേടാ?'

'ഏയ്... ഇവനൊക്കെ നോക്കുന്ന പെണ്ണിന്റെ അവസ്ഥ ഓർത്തിട്ടേ... ദാരുണം.'

അത് കേട്ടതും അഭിരാമി ചിരിക്കാൻ തുടങ്ങുന്നു. ജോജു ഡെസ്കിലേക്ക് കൈ വെച്ച് വലിച്ചടിച്ചുകൊണ്ട് ഒച്ചയിൽ, 'സൈലൻസ്...'

ആനന്ദും അഭിരാമിയും പെട്ടെന്ന് നേരെ ഇരിക്കുന്നു. ജോജു വീണ്ടും ബുക്കിലേക്ക് നോക്കിയിരുന്ന് എന്തോ കാര്യമായി വായിക്കുന്നു. ആനന്ദ് ദേഷ്യത്തോടെ സ്വയം, 'ദുരന്തം.'

എട്ട്

ആനന്ദ് വീടിന്റെ പിൻവശത്ത് അടുക്കളയോട് ചേർന്ന് ഒരു കുഞ്ഞി ടേബിളിന്റെ അടുത്ത് സ്റ്റൂളിലിരുന്ന് കഞ്ഞി കുടിക്കുന്നു. അടുക്കളയിലേക്ക് നോക്കി ഒച്ചയിൽ, 'അമ്മേ... പയറ് തോരനില്ലേ?'

'വേണെങ്കി ആ അച്ചാറ് കൂട്ടി കഞ്ഞി കുടിക്കെർക്കാ.'

ആനന്ദ് ടേബിളിന്റെ പുറത്ത് ഹോർലിക്സ് ഡെപ്പിയിൽ ഇട്ട് വെച്ചിരിക്കുന്ന അച്ചാർ സ്പൂൺ കൊണ്ട് കുറച്ച് കഞ്ഞിയിലേക്കിടുന്നു. സുരേന്ദ്രൻ ആനന്ദിന്റെ അടുത്തേക്ക് വന്നുകൊണ്ട്,

'ഡാ, നീ നാഗപ്പാട്ട് കാണാൻ വരുന്നുണ്ടോ?'

'എവിടെ?'

'ശ്രീജിത്തിന്റെ വീട്ടില്. നീ വരണുണ്ടെങ്കി വേഗം കഴിച്ച് റെഡിയാവ്'

സുരേന്ദ്രൻ ഡ്രസ്സ് മാറാൻ മുറിയിലേക്ക് പോകുന്നു. ആനന്ദ് കഞ്ഞിയിൽ കൈയിട്ട് ഇളക്കികൊണ്ട് എന്തോ ആലോചിച്ചതിന് ശേഷം മുറിയിലേക്ക് നോക്കി ഒച്ചയിൽ, 'കുറേ ആൾക്കാർ ഇണ്ടാകോ?'

'അവന്റെ ബന്ധുക്കളും അയൽക്കാരും കാണും?'

ആനന്ദ് രണ്ട് സെക്കൻഡ് ആലോചിച്ചതിന് ശേഷം, 'ങാ ഞാൻ വരാം.'

ആനന്ദ് കഞ്ഞി കുടിച്ചുകൊണ്ടിരുന്ന പാത്രം എടുത്ത് കൊണ്ട് അവിടെനിന്ന് എഴുന്നേറ്റ് പുറത്തേക്ക് നടന്ന് പോകുന്നു.

ശ്രീജിത്തിന്റെ വീട്. ആനന്ദ് സുരേന്ദ്രന്റെ ഒപ്പം ബൈക്കിൽ ശ്രീജിത്തിന്റെ വീടിന് മുന്നിൽ വന്നിറങ്ങുന്നു. രാജൻ (സുരേ

ന്ദ്രന്റെ സുഹൃത്ത്) ഇവരുടെ അടുത്തേക്ക് വന്നുകൊണ്ട്, 'സുരേന്ദ്രാ...'

സുരേന്ദ്രൻ ബൈക്കിൽ നിന്നിറങ്ങുന്നു, 'തുടങ്ങീലെ?'

'അതൊക്കെ എപ്പഴേ തുടങ്ങി', ആനന്ദിനെ നോക്കിക്കൊണ്ട് 'നീ ഇപ്പൊ എന്താ ചെയ്യുന്നെ?'

'പ്ലസ് ടുവിന് പഠിക്കുവാ'

'എന്നാ മോനങ്ങോട്ട് ചെല്ല്, ഞങ്ങളിപ്പോ വരാം.'

'അല്ലാ അച്ഛൻ'

സുരേന്ദ്രൻ 'നീ പൊക്കോടാ, ഞാനങ്ങ് വന്നേക്കാം. ഈ വീടിന്റെ തൊട്ട് പുറകെ കാണുന്നതാ അവരുടെ തറവാട്. ചെല്ല്.'

ആനന്ദ് അവിടെ നിന്ന് തറവാടിനെ ലക്ഷ്യമാക്കി നടക്കുന്നു. തറവാടിന്റെ പിൻവശത്താണ് നാഗപ്പാട്ട് നടക്കുന്നത്. അവിടെ മുറ്റത്ത് വലിയ കളം വരച്ച് അതിന്റെ മുന്നിലിരുന്ന് നാഗപ്പാട്ട് ആലപിക്കുന്ന കുറച്ച് പേർ. ആ കുടുംബത്തിലെ അംഗങ്ങൾ കളത്തിന് സമീപമായി ഇരിക്കുന്നു. അയൽവക്കക്കാരും ചില ബന്ധുക്കളും ചുറ്റുമായി നിൽക്കുന്നുണ്ട്. ആനന്ദ് അവരുടെ ഒപ്പം ചെന്ന് നിൽക്കുന്നു. അവിടെ വരച്ചിട്ടിരിക്കുന്ന കളത്തിലേക്ക് നാഗപ്പാട്ടിന്റെ അകമ്പടിയോടെ അവൻ ശ്രദ്ധിക്കാൻ തുടങ്ങുന്നു. പെട്ടെന്ന് ആനന്ദിനെ പുറകിൽ നിന്ന് ആരോ തട്ടി വിളിക്കുന്നു. അവൻ തിരിഞ്ഞ് നോക്കുമ്പോൾ അഭിരാമിയായിരുന്നു അത്.

അഭിരാമി, 'എന്താ ഇവിടെ?'

ആനന്ദിന് നാഗപ്പാട്ട് കാരണം ഒന്നും കേൾക്കാൻ പറ്റുന്നില്ല, 'ങേ?'

അഭിരാമി ആനന്ദിനെ ആൾക്കൂട്ടത്ത് നിന്ന് പുറത്തേക്ക് കൊണ്ട് വരാനായി കയ്യിൽ പിടിക്കുന്നു. ഒരു നിമിഷത്തേക്ക് അവന്റെ ശ്വാസം നിലച്ച് പോകുന്നത് പോലെ തോന്നി. അവൾ അവനെ അവിടെ നിന്ന് പുറത്തേക്ക് മാറ്റി നിർത്തിക്കൊണ്ട്, 'എന്താ ഇവിടേന്ന്?'

ആനന്ദ് ഞെട്ടൽ മാറാതെ തന്നെ 'ങേ... അത് ഞാൻ... വെ... വെറുതെ വന്നതാ.'

അഭിരാമി അൽപ്പം സംശയത്തോടെ, 'വിക്കുണ്ടോ?'

'ഏയ്... അല്ല നീയെന്താ ഇവിടെ?'

'എന്റെ വീട് ഇവിടെ അടുത്തല്ലേ.'

ആശ്ചര്യത്തോടെ 'ആണോ... ആഹാ.'

അഭിരാമിയുടെ വീടിനടുത്തുള്ളതും ചെറുപ്പം മുതലേ കൂട്ടുകാരിയുമായ വൃന്ദചേച്ചി അവിടേക്ക് വന്നുകൊണ്ട് 'അമ്മൂ...' അഭിരാമി വൃന്ദയെ നോക്കുന്നു.

ആനന്ദ് സംശയത്തോടെ 'അമ്മു?'

'എന്നെ വീട്ടില് വിളിക്കണ പേരാ.' അഭിരാമി വൃന്ദയെ ആനന്ദിന് പരിചയപ്പെടുത്തി കൊടുക്കുന്നു. 'ഇത് വൃന്ദചേച്ചി. അയൽവാസിയാണ്, അതിലുപരി എന്റെ ബെസ്റ്റ് ഫ്രണ്ടാ.'

ആനന്ദ് വൃന്ദയുടെ മുഖത്ത് നോക്കി ഒന്ന് പുഞ്ചിരിക്കുന്നു.

'ആനന്ദിനെ കുറിച്ച് ഇവളെപ്പോഴും പറയാറുണ്ട്'

ചെറിയ ഞെട്ടലോടെ ആനന്ദ്, 'ങേ... എന്ത്?'

അഭിരാമി ചെറിയ പുഞ്ചിരിയോടെ, 'അങ്ങനെ എപ്പോഴൊന്നും ഇല്ലാട്ടോ. ഇടയ്ക്കൊക്കെ...'

വൃന്ദ, 'പോവാം'

ആനന്ദ്, 'പോകുവാണോ?'

അഭിരാമി, 'അല്ലാ, അങ്ങോട്ട് മാറി നിക്കുവാ. പരിപാടി കാണാൻ വേണ്ടി. ശെരി എന്നാ.'

അഭിരാമിയും വൃന്ദയും അവിടെ നിന്ന് നടന്ന് പോകുന്നു. അവർ അവിടെ നിന്ന് പോയശേഷം ആനന്ദ് ഒരു ചെറുപുഞ്ചിരിയോടെ ആദ്യം നിന്ന സ്ഥലത്ത് തന്നെ പോയി നിൽക്കുന്നു. പതിയെ നാഗപ്പാട്ട് ആസ്വദിക്കുന്നതിനിടയിൽ അവൻ എതിർ സൈഡിലുള്ള ആൾക്കൂട്ടത്തിലേക്ക് നോക്കുമ്പോൾ അഭിരാമിയും വൃന്ദയും അവിടെ നിൽക്കുന്നത് കാണുന്നു. ആനന്ദ് അഭിരാമിയെ തന്നെ നോക്കി നിൽക്കുന്നു. അത്രയും ആൾക്കൂട്ടത്തിനിടയിലും അവൾ മാത്രം തിളങ്ങിനിന്നു. വിളക്കുകളിൽ നിന്നുള്ള പ്രകാശത്തിൽ അവളെ കാണാൻ ഒരു പ്രത്യേക ഭംഗിയായിരുന്നു. അഭിരാമി ചുറ്റുമൊന്ന് നോക്കുന്നതിനിടയിൽ ആനന്ദ് തന്നെ നോക്കി നിൽക്കുന്നത് അവൾ ശ്രദ്ധിക്കുന്നു. ആനന്ദ് അപ്പോൾ തന്നെ തല വെട്ടിച്ച് താഴെ കളത്തിലേക്ക് നോക്കി നിൽക്കുന്നു. അവൻ മെല്ലെ തലയുയർത്തി വീണ്ടും

അഭിരാമിയെ നോക്കാൻ ശ്രമിക്കുമ്പോൾ അവൾ അവനെ തന്നെ നോക്കി നിൽക്കുന്നുണ്ടായിരുന്നു. അവൾ പതിയെ പുഞ്ചിരിക്കുന്നു. ആനന്ദും പുഞ്ചിരിക്കുന്നു. അവൾ നാണംകൊണ്ട് തല താഴ്ത്തുന്നു. എവിടെ നിന്നോ കിട്ടിയ ധൈര്യംപോലെ അവൻ അവളെ തന്നെ നോക്കി നിൽക്കുന്നു. അഭിരാമി മെല്ലെ തലയുയർത്തി ചിരിച്ച് കൊണ്ട് രണ്ട് പുരികങ്ങളും പൊക്കി എന്താണെന്ന രീതിയിൽ ആനന്ദിനോട്. ആനന്ദും ചിരിച്ചുകൊണ്ട് രണ്ട് തോളുകളും പൊക്കി ഒന്നുമില്ല എന്ന രീതിയിൽ അഭിരാമിയോട്. അവൻ വീണ്ടും കളത്തിലേക്ക് നോക്കി നിൽക്കുന്നു. അവന്റെ പ്രണയത്തിന് മികവേകുന്നപോലെ നിലവിളക്കിൽ കത്തി ജ്വലിച്ചുകൊണ്ടിരുന്ന തീ കൂടുതൽ ശക്തിയോടെ ആളിക്കത്തി.

ഒൻപത്

വൈകിട്ട് കനാലിലെ വിശാലമായ കുളി കഴിഞ്ഞ് ഇടവഴിയിലൂടെ സൈക്കിളിൽ വരുന്ന ആനന്ദും രഞ്ജിത്തും ആന്റപ്പനും അൻസണും. അടുത്തുള്ള കാവിൽ നിന്നും 'അമ്മേ നാരായണാ' എന്ന പാട്ട് ടേപ്പ് റെക്കോർഡറിൽ വെച്ചിട്ടുള്ളത് ചെറുതായി കേൾക്കാം. രണ്ട് സൈക്കിളുകളിലായിട്ടാണ് അവർ നാല് പേരും വരുന്നത്. ആനന്ദിനെ പുറകിലിരുത്തി കൊണ്ട് രഞ്ജിത്തും, ആന്റപ്പനെ പുറകിലിരുത്തി കൊണ്ട് അൻസനുമാണ് സൈക്കിൾ ചവിട്ടുന്നത്. സൈക്കിൾ ചവിട്ടാൻ അൽപ്പം പാട് പെട്ട് കൊണ്ട് അൻസൺ, 'എന്റെ പൊന്ന് ആന്റപ്പാ, നീ വെയിറ്റൊക്കെ ഒന്ന് കുറയ്ക്കണോട്ടാ.'

ആനന്ദ് വഴിയുടെ സൈഡിലുള്ള പറമ്പിൽ നിൽക്കുന്ന മാവ് കാണുന്നു. മാവിൽ നിറച്ച് നല്ല മുഴുത്ത മൂവാണ്ടൻ മാങ്ങകളുണ്ടായി കിടക്കുന്നുണ്ട്. മാങ്ങ പൊട്ടിച്ച് ചെറിയ കഷ്ണങ്ങളായി മുറിച്ച് അതിൽ കുറച്ച് ഉപ്പും മുളകും പുരട്ടി അൽപ്പം വെളിച്ചെണ്ണയുമൊഴിച്ച് തിരുമ്മി ഒരെണ്ണമെടുത്ത് കടിച്ച് തിന്നുന്നത് അവൻ മനസ്സിൽ ഓർത്തു. 'ഡാ സൈക്കിള് നിർത്ത് സൈക്കിള് നിർത്ത്.'

രഞ്ജിത്തും ആനന്ദും സൈക്കിൾ നിർത്തുന്നു. രഞ്ജിത്ത് ആനന്ദിനെ തിരിഞ്ഞ് നോക്കികൊണ്ട്, 'എന്ത്യേടാ?'

ആനന്ദ് പറമ്പിൽ നിൽക്കുന്ന മാവ് ചൂണ്ടി കാണിക്കുന്നു. 'മാങ്ങ...'

എല്ലാവരും പറമ്പിലെ മാവിലേക്ക് നോക്കുന്നു. രഞ്ജിത്ത് 'നീ സൈക്കിളീന്ന് ഇറങ്ങ്...'

ആനന്ദും ആന്റപ്പനും സൈക്കിളിൽ നിന്നിറങ്ങുന്നു. രഞ്ജിത്തും

അൻസണും സൈക്കിൾ വഴിയുടെ സൈഡിൽ ഒതുക്കി വെച്ചിട്ട് രഞ്ജിത്ത് എല്ലാവരോടുമായി, 'നമുക്കൊരു കാര്യം ചെയ്യാം. ഞാനും ആനന്ദും മതില് ചാടി സാധനം പറിച്ചോണ്ട് വരാം. നിങ്ങള് ഇവിടെ തന്നെ നിന്ന് ആരേലും വരുന്നുണ്ടോന്ന് നോക്കണം. എന്നിട്ട് വീട്ടി പോയി ഉപ്പും മുളകും പുരട്ടി കറുമുറാന്ന് തിന്നാം. ഒക്കെയല്ലേ...'

എല്ലാവരും ഒരുമിച്ച്, 'ഓക്കേ'

രഞ്ജിത്ത്, 'അൻസാ... നിന്റെ തോർത്ത് വേണം'

'അപ്പൊ നിന്റെ തോർത്തോ?'

'അത് വെള്ള തോർത്താ, കറയാകും'

അൻസൺ അരയിൽ കെട്ടിയ ഈർപ്പം മാറാത്ത തോർത്തൂരി രഞ്ജിത്തിന് കൊടുക്കുന്നു.

രഞ്ജിത്ത്, 'അപ്പൊ പറഞ്ഞതൊക്കെ ഓർമ്മയുണ്ടല്ലോ.'

ഇതിനിടയിൽ ആനന്ദ് മതിലിൽ പെടച്ച് കയറുന്നത് ആരും ശ്രദ്ധിക്കുന്നില്ല. രഞ്ജിത്ത് പറയുന്നത് തുടരുന്നു, 'ഇവിടെ തന്നെ നിക്കണം. വേറെ എങ്ങോട്ടും പോയേക്കരുത്. എന്നിട്ട് ആരേലും വരുന്നുണ്ടോന്ന് സിഗ്നല് തരണം.' ഇടത്തെ കൈ പുറകിലേക്ക് വീശിക്കൊണ്ട് 'ആനന്ദെ, വാടാ...'

രഞ്ജിത്ത് സംസാരിച്ചുകൊണ്ട് തിരിയുന്നതും ആനന്ദ് മതിലിന് മുകളിൽ നിൽക്കുന്നതാണ് കാണുന്നത്. 'നീ അതിനുള്ളില് മോളിൽ കേറിയോ..!' രഞ്ജിത്ത് കൈ മുകളിലേക്ക് നീട്ടിക്കൊണ്ട് 'ഒരു കൈ തന്നേ.' ആനന്ദ് രഞ്ജിത്തിനെ മതിലിന് മുകളിലേക്ക് വലിച്ച് കയറ്റുന്നു. അവർ രണ്ടുപേരും ഒരുമിച്ച് പറമ്പിലേക്ക് ചാടുന്നു. ചുറ്റുമൊന്ന് നോക്കിയശേഷം നടന്ന് പറമ്പിന്റെ നടുക്ക് നിൽക്കുന്ന ആ വലിയ മാവിന്റെ അടുത്ത് എത്തുന്നു.

രഞ്ജിത്ത് 'ഒരു കാര്യം ചെയ്യ്. നീ മാവിൽ കയറ്. ഞാൻ താഴെനിന്ന് പെറുക്കാം'

ഇത് കേട്ടപാതി ആനന്ദ് പെടച്ച് മാവിൽ കയറുന്നു. എന്നിട്ട് ഒരു മാങ്ങ പറിച്ച് താഴെ ഇടുന്നു. രഞ്ജിത്ത് തോർത്തിലേക്ക് മാങ്ങ പെറുക്കിയിടുന്നു. പെട്ടെന്ന് കുറച്ച് ദൂരെ നിന്ന് പഴയ സിനിമകളിലെ വില്ലന്മാരോട് കിടപിടിക്കുന്ന പറമ്പിന്റെ ഉടമസ്ഥന്റെ ശബ്ദം, 'ആരാടാ അവിടെ?'. മാവിന്റെ മുകളിലിരുന്ന് ആനന്ദും താഴെ നിന്ന് രഞ്ജിത്തും ഞെട്ടി സൈഡിലേക്ക്

നോക്കുന്നു. കുറച്ച് മാറി ഒരു വടിയുമായി അറുപത് അറുപത്തഞ്ച് പ്രായം തോന്നിക്കുന്ന ഉടമസ്ഥൻ നടന്ന് വരുന്നു. 'ആരാടാ എന്റെ പറമ്പിൽ കയറി മാങ്ങ പറിക്കണത്?'

രഞ്ജിത്ത് ഞെട്ടലോടെയും അൽപ്പം പേടിയോടെയും നിൽക്കുന്നു. 'പെട്ടു'. അവൻ തോർത്ത് പോലും എടുക്കാതെ അവിടെ നിന്ന് തിരിഞ്ഞോടുന്നു. ആനന്ദ് ധൃതിയിൽ മാവിൽ നിന്ന് ഇറങ്ങുന്നതിനിടെ പിടി കിട്ടാതെ ഊർന്ന് താഴെ വീഴുന്നു. അവിടെ നിന്ന് രക്ഷപ്പെടാനുള്ള ചിന്തയിൽ വേദനപോലും മറന്ന് അവൻ എഴുന്നേറ്റ് തിരിഞ്ഞ് നോക്കാതെ ഓടുന്നു. ആനന്ദ് രഞ്ജിത്തിനെയും മറികടന്ന് ഓടി മതിലിൽ പെടച്ച് കയറുന്നു. ഒരു നിമിഷത്തേക്ക് രഞ്ജിത്ത് ഓട്ടം നിർത്തി ആനന്ദ് മതില് ചാടുന്നത് കൗതകത്തോടെ നോക്കി നിന്നു 'ഇവനിത് തന്നെയായിരുന്നോ പണി?'

വീണ്ടും അത്ര ദൂരെയല്ലാതെ ഉടമസ്ഥന്റെ ഭീമാകാരമായ ശബ്ദം, 'ഡാ...'

രഞ്ജിത്ത് വീണ്ടും ഞെട്ടി തിരിഞ്ഞ് നോക്കാതെ നേരെ ഓടി മതിലിൽ പെടച്ച് മുകളിൽ കയറി ഇടവഴിയിലേക്ക് ചാടുന്നതിനിടയിൽ മതിലിലെ കല്ലിൽ തട്ടി മലക്കം മറിഞ്ഞ് വഴിയിലേക്ക് വീഴുന്നു. ആന്റപ്പനെയോ ആനന്ദിനെയോ അൻസണിനെയോ അവിടെ കാണുന്നില്ല. രഞ്ജിത്ത് പെട്ടെന്ന് ചാടി എഴുന്നേറ്റ് ഞൊണ്ടി ഞൊണ്ടി അവിടെ നിന്ന് ഓടി പോകുന്നു.

പത്ത്

ആനന്ദ് കയ്യിൽ ഒരു ബാഗുമായി ക്ലാസ്സിലേക്ക് കയറി വരുന്നു. അവിടെ അഭിരാമി മാത്രമാണ് ഇരിക്കുന്നത്. ആനന്ദ് അഭിരാമി ഇരിക്കുന്നതിന്റെ തൊട്ട് പുറകിലെ ബെഞ്ചിൽ ചെന്നിരിക്കുന്നു. ഓണം വെക്കേഷനുള്ള ട്യൂഷൻ ആയിരുന്നു അത്. ആനന്ദിനെ കണ്ടതും അഭിരാമി പുറകിലേക്ക് തിരിഞ്ഞിരുന്നുകൊണ്ട്, 'ഇന്ന് നേരത്തെ വന്നോ?'

'അങ്ങനൊന്നൂല്ലാ. വേറെയാരും വന്നില്ലേ?'

'അവധി ആയോണ്ട് ആരും വരാൻ ചാൻസില്ല'

'ഓഹ്... അപ്പൊ നിനക്കീ അവധിയൊന്നും ബാധകമല്ലേ?'

'അമ്മ വീട്ടിലിരുത്തണ്ടേ. അല്ല നീ എന്തിനാ വന്നേ?'

അഭിരാമിയുടെ പെട്ടെന്നുള്ള ആ ചോദ്യത്തിന് ആനന്ദിന് ഉത്തരം പറയാൻ കിട്ടുന്നില്ല. അവൻ തപ്പലോടെ, 'അത്... അത് പിന്നെ... വീട്ടില് കറണ്ട് ഇണ്ടാർന്നില്ല. പിന്നെ അവടെയിരുന്ന് ബോറടിക്കണ്ടാന്ന് കരുതി ഇങ്ങോട്ട് വരാന്ന് വിചാരിച്ചു.'

അഭിരാമി വിശ്വസിച്ചു എന്ന മട്ടിൽ തലയാട്ടിക്കൊണ്ട്, 'മ് മ് മ്...'

'സത്യായിട്ടും'

'നിന്റെ കയ്യില് ഒരു രൂപ ഇണ്ടാകോ?'

'ഒരു മിനിട്ടെ'

ആനന്ദ് പെട്ടെന്ന് തന്നെ പാന്റിന്റെ പോക്കറ്റിൽ നിന്ന് പേഴ്സെടുത്ത് തുറന്ന് ഒരു രൂപയുടെ കോയിൻ കൊടുക്കുന്നു. അഭിരാമി പൈസ വാങ്ങിക്കൊണ്ട്, 'നാളെ തരാവേ... പോകുമ്പോ ചൗ മിട്ടായി വാങ്ങാനാ.'

ആനന്ദ് പേഴ്സ് അടയ്ക്കുമ്പോൾ ഹരിയുടെ പാസ്പോർട്ട് സൈസ് ഫോട്ടോ പേഴ്സിൽ നിന്ന് താഴേക്ക് വീഴുന്നു. അഭിരാമി ആ ഫോട്ടോ നിലത്ത് നിന്ന് കുഞ്ഞിനെടുത്ത്കൊണ്ട്, 'ഇതേതാ ഈ ചേട്ടൻ?'

'ഹരി. എന്റെ കസിൻ ചേട്ടനാ'

അവൾ ആ ഫോട്ടോ ആനന്ദിന്റെ നേരെ നീട്ടികൊണ്ട്, 'സുന്ദരനാലോ. ഞാൻ അന്വേഷിച്ചെന്ന് പറഞ്ഞേരെ'

അവൻ ആ ഫോട്ടോ വാങ്ങി പേഴ്സിൽ വെയ്ക്കുന്നു. 'ചേട്ടായി മരിച്ചിട്ടിപ്പോ മൂന്ന് കൊല്ലായി''

അഭിരാമി ചെറിയ ഞെട്ടലോടെ, 'എന്ത് പറ്റിയതാ?'

ആനന്ദ് പേഴ്സ് പാന്റിന്റെ പോക്കറ്റിൽ വെച്ച് അഭിരാമിയെ തന്നെ നോക്കിക്കൊണ്ട്, 'ചേട്ടായി മൊത്തത്തിൽ അടിപൊളിയായിരുന്നു. ബൈക്കിനോടായിരുന്നു ക്രെയ്സ്. ഒരു ദിവസം ചേട്ടായീടെ അതെ കാരക്ടറുള്ള ഒരു ചേച്ചിയെ കണ്ടുമുട്ടി. മുസ്ലീം ആയോണ്ട് രണ്ട് വീട്ടുകാര് ഒരിക്കലും സമ്മതിക്കില്ലാന്ന് ചേട്ടായിക്ക് അറിയാർന്നു. എന്നിട്ടും ആ ചേച്ചീടെ പുറകെ നടന്നു. ചേച്ചീനെ കാണിക്കാൻ വേണ്ടി പല അഭ്യാസവും ചേട്ടായി ചെയ്തിട്ടുണ്ട്. അവസാനം അവര് സെറ്റായി. കുറേ നാള് പ്രേമിച്ച് നടന്നു. വീട്ടുകാര് അറിഞ്ഞു. പ്രശ്നമായി. എന്നിട്ടും ചേട്ടായി ചേച്ചീനെ കൈവിട്ടില്ല. അവസാനം, വേറൊരാളെ കണ്ടപ്പോ ചേച്ചി ചേട്ടായീനെ മറന്നു. പെട്ടെന്നുണ്ടായ ഷോക്കായിരുന്നു. എന്ത് പറ്റീനൊന്നും അറിയില്ല. ആ ചേച്ചീടെ നിക്കാഹ് കഴിഞ്ഞതിന്റെ പിറ്റേന്ന് വെണ്മണി കുന്നിന്റെ താഴേന്നാ ചേട്ടായീടെ ബോഡി കിട്ടിയത്.'

പറഞ്ഞ് തീർന്നതും ആനന്ദിന്റെ കണ്ണുകൾ നിറഞ്ഞൊഴുകുന്നുണ്ടായിരുന്നു. അഭിരാമിക്ക് പെട്ടെന്ന് ചോദിച്ചത് അബദ്ധമായെന്ന തോന്നലിൽ, 'ആനന്ദ്... സോറി'

അവൻ കണ്ണുകൾ തുടച്ചുകൊണ്ട്, 'ഏയ്... അതൊന്നും കുഴപ്പോല്ലാ. എല്ലാരോടും ചേട്ടായിക്കൊരു ആക്സിഡന്റ് പറ്റീന്നാ പറഞ്ഞേക്കണെ. പക്ഷെ, നിന്നോടെല്ലാം പറയണോന്ന് തോന്നി.'

അഭിരാമി ആനന്ദിനെ ആശ്വസിപ്പിക്കാനെന്ന മട്ടിൽ പുഞ്ചിരിക്കുന്നു. പ്രകാശേട്ടൻ ക്ലാസിലേക്ക് കയറി വരുന്നു. 'എന്താന്ന്... വേറാരുമില്ലേ?'

പ്രകാശേട്ടനെ കണ്ടതും അഭിരാമി മുന്നോട്ട് തിരിഞ്ഞിരിക്കുന്നു.

'തിരിയണ്ടാ. ആദ്യം ഇരുന്നപോലെ ഇരുന്നോ. നിങ്ങള് രണ്ട് പെരല്ലേ ഒള്ളൂ'

അഭിരാമി വീണ്ടും ആനന്ദിന്റെ നേരെ തിരിഞ്ഞിരിക്കുന്നു. പ്രകാശേട്ടൻ ആനന്ദിന്റെ അടുത്ത് വന്നിരുന്നുകൊണ്ട്, 'ഒരു ബുക്ക് തന്നേഡാ'

ആനന്ദ് ബാഗിൽ നിന്ന് ബോട്ടണിയുടെ ബുക്കെടുത്ത് കൊടുക്കുന്നു. പ്രകാശേട്ടൻ ബുക്ക് വാങ്ങിച്ച് തിരിച്ചും മറിച്ചും നോക്കിക്കൊണ്ട്, 'ബോട്ടണിയ... ഇതല്ല. ചെറുത്'

ആനന്ദ് കെമിസ്ട്രിയുടെ ബുക്കെടുത്ത് കൊടുക്കുന്നു.

'ഇതല്ല, ഇതിലും ചെറുതില്ലേ?'

'പ്രകാശേട്ടാ, ഇനി ഇതിലും വലുതേ ഉണ്ടാകൂ'

പ്രകാശേട്ടൻ അഭിരാമിയുടെ നേർക്ക് തിരിഞ്ഞുകൊണ്ട്, 'ചെറിയ ബുക്കൊന്നുമില്ലേ. ഈ മലയാളത്തിന്റെ ഒക്കെ ചെറിയ ബുക്കല്ലേ'

ആനന്ദ്, 'മലയാളത്തിന് ആരേലും ട്യൂഷന് വരോ?'

'അതെന്താ വന്നാല്. അങ്ങനെ മാത്സിനും സയൻസിനും മാത്രം ട്യൂഷനെടുത്താ മതിയോ. മലയാളത്തിനും വേണ്ടേ. നമ്മുടെ മാതൃഭാഷയല്ലേ. അപ്പൊ അതിനെ പുച്ഛിക്കരുത്. എടുക്ക് ബുക്കെടുക്ക്.'

അഭിരാമി ബാഗിൽ നിന്ന് മലയാളത്തിന്റെ ബുക്കെടുത്ത് കൊടുക്കുന്നു. പ്രകാശേട്ടൻ ബുക്ക് വാങ്ങിച്ച് പേജുകൾ മറിച്ചുകൊണ്ട്, 'അപ്പൊ രണ്ട്പേരും ശ്രദ്ധിച്ചിരിക്കണോട്ടോ.'

പ്രകാശേട്ടൻ ആ പേജിലുള്ളത് വായിക്കാൻ തുടങ്ങുന്നു. ആനന്ദ് പ്രകാശേട്ടനെ ശ്രദ്ധിക്കാതെ അഭിരാമിയെ ശ്രദ്ധിച്ചുകൊണ്ടിരിക്കുന്നു. അഭിരാമിയും ഇടക്കണ്ണിട്ട് ആനന്ദിനെ നോക്കുന്നുണ്ട്. അവൻ മെല്ലെ പരിസരം മറന്ന് പുഞ്ചിരിക്കാൻ തുടങ്ങുന്നു.

പതിനൊന്ന്

രാത്രി, ആനന്ദിന്റെ വീട്. പുറത്ത് നല്ല മഴ പെയ്യുന്നുണ്ട്. ആനന്ദ് തന്റെ മുറിയിലെ കട്ടിലിൽ അഭിരാമിയെ ആലോചിച്ചുകൊണ്ട് കിടക്കുന്നു. ഹാളിൽ നിന്ന് ലക്ഷ്മി, 'ഡാ അനന്ദു...'

ആനന്ദ് ഹാളിലേക്ക് നോക്കി ഒച്ചയിൽ 'എന്താ...'

'നിനക്ക് ചോറ് വേണ്ടേ?'

'വേണ്ടാ...'

പെട്ടെന്ന് കറണ്ട് പോകുന്നു. മഴയുടെ ശബ്ദം മെല്ലെ കൂടി വരുന്നു. ഹാളിൽ നിന്ന് സുരേന്ദ്രനും ലക്ഷ്മിയും സംസാരിക്കുന്നത് ആനന്ദിന് കേൾക്കാൻ സാധിക്കുന്നുണ്ട്.

'ഡീ, ആ മണ്ണെണ്ണ വിളക്കെവിടെയാ?'

'അതാ അടുക്കളയില് കാണും'

ആനന്ദ് അഭിരാമിയെ മനസ്സിൽ ആലോചിച്ച് കണ്ണടയ്ക്കുന്നു.

കവല. ഒരു ഹർത്താൽ ദിവസം. കടകളെല്ലാം അടച്ചിട്ടിരിക്കുന്നു. അവിടെ ഒരൊറ്റ മനുഷ്യരെ പോലും കാണാനില്ല. ആകാശത്ത് കാർമേഘങ്ങൾ ഇരുണ്ട് കൂടിയിട്ടുണ്ട്. അഭിരാമി ഒറ്റക്ക് ഒരു ബാഗും തോളത്തിട്ടുകൊണ്ട് ട്യൂഷൻ ക്ലാസിന്റെ കോണിപ്പടിയുടെ അരികിൽ നിൽക്കുന്നു. ആനന്ദും തോളത്തൊരു ബാഗുമായി അവിടേക്ക് വരുന്നു. അഭിരാമിയെ കണ്ടതും, 'ഇതെന്താ ഇവിടെ നിക്കണെ?'

'ഇന്ന് ഹർത്താലായിട്ട് ആര് ട്യൂഷൻ വെക്കാനാ'

'അപ്പൊ ഇണ്ടാവുന്നാലോ പ്രകാശേട്ടൻ പറഞ്ഞേ?'

'അര മണിക്കൂറായി ഇവിടെ നിൽക്കാൻ തുടങ്ങീട്ട്. ഞാൻ ആരെയും കണ്ടില്ല.'

കുറച്ച് നേരം ഒന്നും സംസാരിക്കാതെ നിന്നതിന് ശേഷം ആനന്ദ്, 'എന്നാ നമുക്ക് പയ്യെ നടന്നാലോ'

അഭിരാമി ആനന്ദിനെ നോക്കുന്നു. ആകാശത്ത് ഇടി മുഴങ്ങുന്ന ശബ്ദം. അവൻ കൈ നീട്ടുന്നു. അഭിരാമി കുറച്ച് നേരം ആലോചിച്ച് നിന്നതിന് ശേഷം ആനന്ദിന് കൈ കൊടുക്കുന്നു.

സിറ്റുവേഷന്റെ ഫീൽ കിട്ടാൻ വേണ്ടി കഥാകാരി തന്റെ ഫോണിൽ തമിഴ് സിനിമയായ 96-ലെ കാതലേ എന്ന സോങ് പ്ലേ ചെയ്യുന്നു.

ആനന്ദും അഭിരാമിയും പരസ്പരം നോക്കി പുഞ്ചിരിക്കുന്നു. ആരുമില്ലാത്ത കവലയിലൂടെ കൈ പിടിച്ച് അവർ രണ്ടുപേരും നടന്ന് വരുന്നു. പെട്ടെന്ന് മഴ പെയ്യാൻ തുടങ്ങുന്നു. രണ്ട് പേരും മഴ നനയാതിരിക്കാൻ ഓടി ഒരു കടയുടെ മുന്നിൽ ചെന്ന് നിൽക്കുന്നു. അഭിരാമി മഴ പെയ്യുന്നതും നോക്കി നിൽക്കുകയാണ്. അവൻ മഴയുടെ സാന്നിധ്യത്തിൽ അവളുടെ സൗന്ദര്യം നോക്കി നിൽക്കുന്നു. കുറച്ച് നിമിഷം ആലോചിച്ച് ഒരു തീരുമാനം എടുത്തതുപോലെ അവൻ റോഡിലേക്ക് മഴയത്ത് ഇറങ്ങി നിന്നു. മഴ നനഞ്ഞ് നിൽക്കുന്ന ആനന്ദ്, 'അമ്മൂ...'

അഭിരാമി ആനന്ദിനെ നോക്കുന്നു.

'ഇനിയുമെനിക്ക് പറയാതിരിക്കാൻ പറ്റില്ല. എങ്ങനാ പറയണ്ടേന്നും അറിയില്ല. എനിക്ക് നിന്നെ ഇഷ്ടമാണ്. ആദ്യം കണ്ടപ്പോ മുതലേ ഇഷ്ടമായിരുന്നു.'

ആദ്യം അഭിരാമിയുടെ മുഖത്ത് ഒരു ഞെട്ടലായിരുന്നു. പിന്നെ അത് പതിയെ ദേഷ്യമായി മാറി. അഭിരാമി ദേഷ്യത്തോടെ ആനന്ദിന് മുഖം കൊടുക്കാതെ തല തിരിച്ച് മഴയത്തിറങ്ങി നടന്ന് പോകുന്നു. ആനന്ദ് താൻ പറഞ്ഞത് അബദ്ധമായോ എന്ന് തിരിച്ചറിയാൻ സാധിക്കാതെ കുറച്ച് നേരം അനങ്ങാതെ നിന്നതിന് ശേഷം നിരാശയോടെ വന്ന വഴി മെല്ലെ തിരിച്ച് നടക്കുന്നു. പെട്ടെന്ന് അഭിരാമി ഓടിവന്ന് ആനന്ദിനെ പുറകിൽ നിന്ന് കെട്ടിപ്പിടിക്കുന്നു. ആനന്ദ് ഞെട്ടലോടെ കുറച്ച് നേരം അതുപോലെ തന്നെ നിന്നു. പതിയെ പുറകിലേക്ക് തിരിഞ്ഞ് നോക്കുമ്പോൾ അഭിരാമിയും സന്തോഷം കലർന്ന പുഞ്ചിരിയോടെ തല പൊക്കി ആനന്ദിനെ നോക്കുന്നു.

അവർ മഴ നനഞ്ഞ് സംസാരിച്ചുകൊണ്ട് അമ്പലത്തിന്റെ

സൈഡിലുള്ള റോഡിലൂടെ നടന്ന് അഭിരാമിയുടെ വീടിന്റെ മുന്നിലെത്തുന്നു. അവൾ വീട്ടിലേക്ക് നടക്കുന്നതിനിടെ അവൻ പോയോ എന്ന് തിരിഞ്ഞ് നോക്കുമ്പോൾ പോകാതെ റോഡിൽ തന്നെ നിൽക്കുന്നതാണ് കാണുന്നത്. അവൾ തിരിഞ്ഞ് നിന്ന് കൈ കൊണ്ട് പൊയ്ക്കോളാൻ പറയുന്നു. ആനന്ദ് ചിരിച്ചുകൊണ്ട് പതിയെ തിരിഞ്ഞ് നടക്കുന്നു.

വീട്ടിൽ കട്ടിലിൽ കിടന്ന് ഉറക്കത്തിൽ സ്വപ്നം കാണുന്ന ആനന്ദ്. ലക്ഷ്മി വന്ന് ആനന്ദിനെ വിളിച്ചുണർത്തുന്നു. 'അനന്ദുഡാ, എണീക്കടാ. ഉറങ്ങീത് മതി.'

ആനന്ദ് എഴുന്നേൽക്കാൻ മടി കാണിക്കുന്നു. ലക്ഷ്മി വീണ്ടും അവനെ തട്ടി വിളിക്കുന്നു. 'ഡാ... എണീറ്റേ.'

ആനന്ദ് മടിയോടെ തന്നെ മെല്ലെ കണ്ണുകൾ തുറക്കുന്നു.

'പോയി പാല് മേടിച്ചോണ്ട് വാ, പൈസ ഞാൻ ടേബിളിന്റെ മുകളിൽ വെച്ചിട്ടുണ്ട്'

ലക്ഷ്മി മുറിയിൽ നിന്ന് ഇറങ്ങുന്നതിന് മുൻപ് ഫാൻ ഓഫ് ചെയ്തിട്ട് പോകുന്നു. ആനന്ദ് പയ്യെ കട്ടിലിൽ എഴുന്നേറ്റിരുന്നു കൊണ്ട് കോട്ടുവാ ഇട്ട് നടുനിവർത്തുന്നു. എന്നിട്ട് കട്ടിലിൽ നിന്നിറങ്ങി മുണ്ടഴിച്ച് പാങ്ങനെ ഉടുത്ത് മുറിയുടെ പുറത്തേക്ക് നടന്ന് പോകുന്നു.

പന്ത്രണ്ട്

കനാലിന്റെ കുറുകെയുള്ള പാലത്തിലെ കലുങ്കിൽ ഇരിക്കുന്ന രഞ്ജിത്തും അൻസണും ആന്റപ്പനും. രഞ്ജിത്തിന്റെ നെറ്റിയിലും കാലിലും മുറിവുകൾ കെട്ടിവെച്ചിട്ടുണ്ട്. ആനന്ദ് തോളത്തൊരു ബാഗുമായി സൈക്കിൾ ചവിട്ടിക്കൊണ്ട് വന്ന് രഞ്ജിത്തിന്റെ അടുത്ത് നിർത്തുന്നു. 'എന്താടാ കെട്ടൊക്കെ?'

രഞ്ജിത്ത് ദേഷ്യത്തോടെ ആനന്ദിനെ നോക്കിക്കൊണ്ട്, 'നിനക്കൊന്നും ഓർമ്മയില്ലാലെ'

ആനന്ദ് കഴിഞ്ഞ ദിവസം നടന്ന കാര്യങ്ങൾ ഓർത്തെടുത്തുകൊണ്ട്, 'ഓ... ഇന്നലത്തെ മാങ്ങ.'

'അല്ലെടാ, ഇന്നത്തെ തേങ്ങാ'

ആനന്ദ് എല്ലാവരോടുമായി, 'അതൊക്കെപ്പോട്ടെ, ഞാൻ സീരിയസ്സായിട്ടൊരു കാര്യം പറയാൻ പോകുവാ. എന്താ നിങ്ങടെ അഭിപ്രായം?'

അൻസൺ, 'ആദ്യം നീ കാര്യം പറ. എന്നിട്ട് നോക്കാം'

'ഞാൻ ഒരാളെ പ്രൊപ്പോസ് ചെയ്യാൻ പോകുവാ'

ആർക്കും വല്യ ഭാവമാറ്റമൊന്നുമില്ല. എല്ലാം അറിയാം എന്ന മട്ടിൽ ആന്റപ്പൻ 'ആ ട്യൂഷൻ ക്ലാസിലെ പെണ്ണിനെ അല്ലെ?'

ചെറിയ ഞെട്ടലോടെ ആനന്ദ് 'ങാ... അല്ല നിങ്ങൾക്കെങ്ങനെ അറിയാ?'

ആന്റപ്പൻ 'ഇത് കണ്ട് പിടിക്കാൻ ഐൻസ്റ്റീന്റെ ബുദ്ധിയൊന്നും വേണ്ടല്ലോ. ചെല്ല് പോയി പറഞ്ഞിട്ട് വാ.'

ആനന്ദ് നാണംകൊണ്ട് പുഞ്ചിരിക്കുന്നു. 'എന്നാ പിന്നെ ഞാനങ്ങോട്ട്...'

രഞ്ജിത്ത് 'സൂക്ഷിച്ചൊക്കെ പോ, വഴീല് കുറേ മാവൊള്ളതാ'

ആനന്ദ് ചെറിയ പുഞ്ചിരിയോടെ തന്നെ സൈക്കിൾ ചവിട്ടിക്കൊണ്ട് പോകുന്നു. രഞ്ജിത്ത് ആനന്ദ് പോകുന്നതും നോക്കിക്കൊണ്ട്, 'ഇനി ഇതിന്റെ പുറകെ വരണ അടിയും വാങ്ങണലോന്ന് ഓർക്കുമ്പോഴാ...'

ആനന്ദ് ട്യൂഷൻ ക്ലാസുള്ള ബിൽഡിങ്ങിന്റെ സൈഡിൽ സൈക്കിള് നിർത്തി ഒരു മൂളിപ്പാട്ട് പാടിക്കൊണ്ട് കോണിപ്പടികൾ കയറി വരാന്തയിലൂടെ ട്യൂഷൻ ക്ലാസിന്റെ മുന്നിലെത്തുന്നു. അവൻ മൂളിപ്പാട്ട് നിർത്തി ധൈര്യത്തിന് വേണ്ടി ശ്വാസം ഒന്ന് എടുത്ത് വിട്ട് ക്ലാസിലേക്ക് കയറി. പതിവുപോലെ ക്ലാസിൽ അഭിരാമി മാത്രമാണുള്ളത്. ചുറ്റുമുള്ള ക്ലാസുകളിൽ വേറെ കുറച്ച് കുട്ടികളും ഇരിക്കുന്നുണ്ട്. ആനന്ദ് അഭിരാമി ഇരിക്കുന്ന ബെഞ്ചിന്റെ തൊട്ട് പുറകിലുള്ള ബെഞ്ചിൽ ചെന്നിരിക്കുന്നു. ആനന്ദിനെ കണ്ടതും അഭിരാമി അവന് നേരെ തിരിഞ്ഞിരിക്കുന്നു. ആനന്ദ് എന്ത് ചോദിക്കണമെന്ന് അറിയാതെ, 'ക്... കുറേ നേരമായോ വന്നിട്ട്?'

'ഒരു പത്ത് മിനിറ്റ്'

ആനന്ദിന് നല്ല ടെൻഷനുണ്ട്. അവൻ അഭിരാമിയുടെ മുഖത്ത് നോക്കാതെ സൈഡിലെ കർട്ടനിലേക്ക് നോക്കി എന്തൊക്കെയോ ആലോചിച്ചുകൊണ്ടിരിക്കുന്നു.

അഭിരാമി, 'എന്ത് പറ്റി?'

പെട്ടെന്നവൻ അഭിരാമിയുടെ നേരെ നോക്കിക്കൊണ്ട് 'ഏയ് ഒന്നൂലാ.'

അവൾ സംശയത്തോടെ നോക്കുന്നു. ആനന്ദ് നല്ല ടെൻഷനോടെ, 'എനിക്ക്... എനിക്ക് നിന്നോടൊരു...'

അഭിരാമി ആനന്ദിനെ മുഴുവൻ പറഞ്ഞ് തീർക്കാൻ അനുവദിക്കാതെ, 'നമുക്ക് പുറത്ത് പോയി നിന്നാലോ?'

ആനന്ദ് ഒന്നും പറയാതെ ടെൻഷനോടെ ഇരിക്കുന്നു. അഭിരാമി ബെഞ്ചിൽ നിന്നെഴുന്നേറ്റ് ആനന്ദിന്റെ കയ്യിൽ പിടിച്ച് വലിച്ചുക്കൊണ്ട്, 'വാന്നേ...'

ആനന്ദിന്റെ ഹൃദയമിടിപ്പ് കൂടുന്നു. ചുറ്റും നിശബ്ദത. ശ്വാസം വലിക്കുന്ന ശബ്ദം മാത്രം അവന്റെ കാതുകളിൽ മുഴങ്ങുന്നു. അഭിരാമി അവന്റെ കയ്യിൽ പിടിച്ചുകൊണ്ട് പുറത്തേക്ക് നടക്കുന്നു.

ആനന്ദിന് ഇതെല്ലാം ഒരു സ്വപ്നം കാണുന്നപോലെയാണ് തോന്നിയിരുന്നത്.

അവർ ട്യൂഷൻ ക്ലാസിന് പുറത്ത് കടന്ന് വരാന്തയിൽ എത്തുന്നു. അഭിരാമി അവന്റെ കൈ വിടുന്നതും നിശബ്ദത മാറി റോഡിലൂടെ ചീറിപാഞ്ഞ് പോകുന്ന വണ്ടികളുടെ ശബ്ദം അവന്റെ കാതുകളിൽ മുഴങ്ങി. ഒരു നിമിഷത്തേക്ക് സ്വപ്നലോകത്തിൽ വീണുപോയ ആനന്ദ് യാഥാർഥ്യത്തിലേക്ക് തിരിച്ച് വരുന്നു. താൻ ക്ലാസിൽ നിന്ന് വരാന്തയിലേക്ക് നടന്ന് വന്ന വിവരം ഒരു ഞെട്ടലോടെയാണ് ആനന്ദ് തിരിച്ചറിഞ്ഞത്. അവന്റെ ശ്വാസോച്ഛ്വാസം ഒരു കിതപ്പോടെ മന്ദഗതിയിൽ ആകുന്നു.

അഭിരാമി, 'ആനന്ദ്...'

അവൻ അഭിരാമിയെ നോക്കുന്നു.

അഭിരാമി, 'എന്താ പറ്റിയെ?'

ഒന്നുമില്ല എന്ന രീതിയിൽ തലയാട്ടിക്കൊണ്ട് 'ഏയ്... ഒന്നൂലാ'. അവൻ വീണ്ടും റോഡിലേക്ക് നോക്കി നിൽക്കുന്നു.

'എന്നോടെന്തോ പറയാനുണ്ടെന്ന് പറഞ്ഞില്ലേ?'

ആനന്ദ് ടെൻഷനോടെ തന്നെ അഭിരാമിയെ നോക്കുന്നു. 'എനിക്കോ... ഒന്നും പറയാനില്ലല്ലോ...'

ഇത് കേട്ടതും ഒരു പുച്ഛത്തോട് കൂടി, 'ആണുങ്ങളായ മുഖത്ത് നോക്കി കാര്യം പറയണം. അല്ലാതെ പേടിച്ചിരിക്കുവല്ല വേണ്ടേ.'

ആനന്ദ് വീണ്ടും റോഡിലേക്ക് നോക്കുന്നു. അഭിരാമി ആനന്ദിനെ തന്നെ നോക്കി നിൽക്കുന്നു. അഭിരാമി പറഞ്ഞത് ആനന്ദിന്റെ കാതുകളിൽ മുഴങ്ങിക്കൊണ്ടിരുന്നു. നാലഞ്ച് സെക്കൻഡുകൾ കഴിഞ്ഞ് എവിടുന്നോ കിട്ടിയ ധൈര്യത്തോടെ അഭിരാമിയുടെ നേരെ നോക്കിക്കൊണ്ട് ഒറ്റ ശ്വാസത്തിൽ, 'എനിക്ക് നിന്നെ ഇഷ്ടാ. ജോലി കിട്ടി കഴിയുമ്പോ കെട്ടിയാ കൊള്ളാന്ന് ഇണ്ട്. റാണിയെപോലെ നോക്കാന്നൊന്നും പറയണില്ല. പക്ഷെ, ജീവിതത്തിൽ എന്ത് വന്നാലും കൈ വിടില്ല. കട്ടക്ക് കൂടെ ഇണ്ടാവും എന്നും.'

അഭിരാമിയുടെ മുഖത്ത് ദേഷ്യത്തേക്കാൾ ഉപരി ഒരു ഞെട്ടൽ പ്രകടമായിരുന്നു. അവളൊന്നും മിണ്ടാതെ ട്യൂഷൻ ക്ലാസിലേക്ക് കയറി പോകുന്നു. ആനന്ദ് പറഞ്ഞത് അബദ്ധമായോ എന്നറിയാതെ അവൾ പോയതും നോക്കി നിൽക്കുന്നു. അഭിരാമി

ബാഗ് എടുത്തുകൊണ്ട് അവന്റെ മുന്നിലൂടെ കോണിപ്പടികളെ ലക്ഷ്യമാക്കി നടന്ന് പോയി.

'അഭിരാമി...'

അവൾ തിരിഞ്ഞ് നോക്കാതെ കോണിപ്പടികൾ ഇറങ്ങി. ആനന്ദ് വരാന്തയിൽ നിന്ന് റോഡിലേക്ക് നോക്കുമ്പോൾ അഭിരാമി റോഡ് ക്രോസ് ചെയ്ത് നടന്ന് പോകുന്നത് കാണുന്നു.

അഭിരാമി അമ്പലത്തിന് അടുത്തുള്ള പാലത്തിലൂടെ നടന്ന് വരുന്നു. ആനന്ദ് സൈക്കിൾ സ്പീഡിൽ ചവിട്ടിക്കൊണ്ട് വന്ന് അഭിരാമിയുടെ കുറുകെ നിർത്തുന്നു. അഭിരാമി ചെറിയ ഞെട്ടലോടെ ചുറ്റും ആരെങ്കിലും ഉണ്ടോ എന്ന് നോക്കിയിട്ട്, 'ആനന്ദേ മുൻപീന്ന് മാറ്'

'നീ ഇങ്ങനെ ഒന്നും മിണ്ടാതെ ദേഷ്യപ്പെട്ട് പോയാ പിന്നെ ഞാനെന്താ വിചാരിക്കണ്ടേ... ഒരു മറുപടി പറ'

'ആനന്ദെ ഇതെന്റെ നാടാ. ആരെങ്കിലും കണ്ടാ ശെരിയാകില്ല. നീയൊന്ന് മുൻപീന്ന് മാറിയെ'

ആനന്ദ് മാറാൻ കൂട്ടാക്കുന്ന ഭാവമില്ല. അഭിരാമി കുറച്ച് നേരം എന്താ ചെയ്യേണ്ടതെന്ന് അറിയാതെ നിന്നതിന് ശേഷം, 'നീ നാളെ രാവിലെ അമ്പലത്തില് വാ. മറുപടി അന്നേരം പറയാം'

'ഉറപ്പാണോ?'

'നിനക്കെന്നെ വിശ്വാസമില്ലേ?'

ആനന്ദ് സൈക്കിൾ വഴിയിൽ നിന്ന് മാറ്റികൊടുത്തതും അഭിരാമി പെട്ടെന്ന് തന്നെ അവിടെ നിന്ന് നടന്ന് പോകുന്നു. ആനന്ദ് സൈക്കിൾ സ്റ്റാൻഡിൽ വെച്ച് ഇറങ്ങി അഭിരാമി പോകുന്നതും നോക്കിനിന്നു. അവൾ മെല്ലെ തിരിഞ്ഞ് നോക്കുന്നതും ആനന്ദ് ഒരു പ്രതീക്ഷയോടെ പുഞ്ചിരിക്കുന്നു. അവൾ പെട്ടെന്ന് തന്നെ തല തിരിച്ച് നടന്ന് പോകുന്നു. അഭിരാമി കൺ വെട്ടത്ത് നിന്ന് മായുംവരെ ആനന്ദ് അവിടെ തന്നെ നിന്നു.

പതിമൂന്ന്

അതിരാവിലെ പ്രാർത്ഥിച്ച് കഴിഞ്ഞ് അമ്പലത്തിൽ നിന്ന് പുറത്തേക്ക് വന്ന ആനന്ദ് ഷർട്ട് ഇട്ടതിനുശേഷം തിരിഞ്ഞ് നിന്ന് അകത്തേക്ക് നോക്കി കണ്ണടച്ച് ഒന്നുകൂടി പ്രാർത്ഥിക്കുന്നു. 'ഭഗവാനേ, എല്ലാം നല്ലതുപോലെ നടക്കണേ. അവളെന്നെ ഇഷ്ടമാന്ന് പറഞ്ഞാ ഒരു മാസത്തേക്ക് മുടങ്ങാതെ ഞാൻ പുഷ്പാഞ്ജലി നടത്തിക്കോളാം. ഞാനവളെ അത്രക്ക് ഇഷ്ടപ്പെട്ടുപോയി അതുകൊണ്ടാ.'

ആനന്ദ് കണ്ണുകൾ തുറക്കുന്നു. അമ്പലത്തിന്റെ സൈഡിൽ ഊരിയിട്ടിരിക്കുന്ന ചെരിപ്പ് ഇട്ടതിന് ശേഷം തിരിയുമ്പോൾ അവിടെ അഭിരാമിയുടെ സൈക്കിൾ ഇരിക്കുന്നത് അവൻ കണ്ടു, 'അവള് നേരത്തെ വന്നോ?' അവൻ ചുറ്റുമൊന്ന് കണ്ണോടിച്ച് നോക്കുന്നു. അഭിരാമിയെ കാണുന്നില്ല. അവൻ നടന്ന് അമ്പലത്തിന്റെ ചിറയുടെ സൈഡിൽ എത്തുമ്പോൾ അവിടെ അഭിരാമി വൈശാഖുമായി സംസാരിക്കുന്നത് ആനന്ദ് കാണുന്നു. അവൻ ചിറയുടെ കെട്ടിന്റെ സൈഡിൽ നിന്ന് അവർ സംസാരിക്കുന്നത് കേൾക്കുന്നു.

'ഞാൻ ഒട്ടും പ്രതീക്ഷിച്ചില്ല അവൻ എന്നോട് ഇഷ്ടാന്നൊക്കെ പറയുന്ന്. ഇന്നവനോട് വരാൻ പറഞ്ഞിട്ടുണ്ട്'

'നീയെങ്ങനാ അവനെ ഒഴിവാക്കണേ?'

'ഒറ്റടിക്ക് പറഞ്ഞാ അവന് ഉൾകൊള്ളാൻ പറ്റുവോന്ന് അറിയില്ല. അതുകൊണ്ട് പയ്യെ പറഞ്ഞ് മനസ്സിലാക്കണം.'

ആനന്ദിന്റെ മുഖത്ത് സങ്കടം കൂടി വരുന്നു.

അഭിരാമി, 'നമ്മുടെ കാര്യം വീട്ടില് നല്ല സംശയമുണ്ട്'

'അതെങ്ങനെ?'

'ഇടക്കുള്ള ഫോൺ വിളിയും പിന്നെ എന്നും വെളുപ്പിന് എണീറ്റ് അമ്പലത്തില് വരുന്നില്ലേ. അതൊക്കെ തന്നെ.'

'എന്നായാലും എല്ലാവരും അറിയേണ്ടതല്ലേ, നീ എന്റെ പെണ്ണാന്ന്'

അഭിരാമി നാണംകൊണ്ട് 'അയ്യടാ...'

ആനന്ദിന്റെ കണ്ണിൽ നിന്ന് കണ്ണീർ തുള്ളികൾ കവിളിലൂടെ താഴേക്ക് വീഴുന്നു. അഭിരാമിയുടെയും വൈശാഖിന്റെയും കളിയും ചിരിയും ആനന്ദിന് കണ്ട് നിൽക്കാൻ ആകുന്നില്ല. അവൻ അവിടെ നിന്ന് കണ്ണീർ തുടച്ചുകൊണ്ട് തിരിച്ച് നടക്കുന്നു.

അഭിരാമിയെ ഓർത്തുകൊണ്ട് സങ്കടത്തോടെ അമ്പലത്തിൽ നിന്ന് വീട്ടിലേക്ക് ബൈക്ക് ഓടിച്ചുകൊണ്ട് പോകുന്ന ആനന്ദ്.

ലക്ഷ്മി വീട്ടിൽ മുറ്റമടിച്ചുകൊണ്ട് നിൽക്കുകയാണ്. സുരേന്ദ്രൻ വീടിന് മുന്നിൽ കസേരയിൽ പത്രം വായിച്ചുകൊണ്ടിരിക്കുന്നു. ആനന്ദ് ബൈക്കിൽ മുറ്റത്ത് വന്നിറങ്ങുന്നത് കണ്ടതും ലക്ഷ്മി, 'നീ ഇത്ര പെട്ടെന്ന് പോയിട്ട് വന്നോ?'. ആനന്ദ് മറുപടി ഒന്നും കൊടുക്കാതെ വീട്ടിലേക്ക് കയറി പോകുന്നു. സുരേന്ദ്രനും ലക്ഷ്മിയും എന്താ നടന്നതെന്ന് മനസ്സിലാകാതെ പരസ്പരം നോക്കുന്നു. ലക്ഷ്മി സ്വയം 'ഇവനിത് എന്ത് പറ്റി?'

ആനന്ദ് സങ്കടത്തോടെ മുറിയിൽ കയറി കതകടച്ച് അലമാരയിലെ കണ്ണാടിയുടെ മുന്നിൽ നിന്ന് പതിയെ കണ്ണുകൾ അടയ്ക്കുന്നു. കണ്ണീർ തുള്ളികൾ കവിളിലൂടെ ഊർന്നൊഴുകുന്നു. ദേഷ്യവും സങ്കടവും ഒരുമിച്ച് വന്നതോടെ അവൻ കൈപത്തികൾ മടക്കി പിടിച്ച് സങ്കടം കടിച്ചമർത്തി കണ്ണാടിയിലേക്ക് നോക്കി നിൽക്കുന്നു.

പതിനാല്

ക്ലാസിൽ സാറുമാരോ ടീച്ചേഴ്സോ ഇല്ലാത്തതിനാൽ കുട്ടികളെല്ലാം ഭയങ്കര വർത്തമാനത്തിലാണ്. സെക്കൻഡ് ലാസ്റ്റ് ബെഞ്ചിൽ ഇരുന്നുകൊണ്ട് ആനന്ദിനെ രഞ്ജിത്തും ആന്റപ്പനും ആശ്വസിപ്പിക്കാൻ ശ്രമിക്കുന്നു.

രഞ്ജിത്ത് 'എടാ പോയത് പോയി. ഇനി അതോർത്തിരുന്നിട്ട് ഒരു കാര്യോല്ല.'

ആന്റപ്പൻ, 'സത്യം, അല്ലെങ്കി തന്നെ നിന്നെ പോലെയൊരുത്തനെ കിട്ടാൻ അവൾക്ക് എന്ത് യോഗ്യതയാ ഉള്ളെ'

ആനന്ദ് ഒന്നും മിണ്ടാതെ വിഷമത്തോടെ തന്നെ ഇരിക്കുന്നു. ആന്റപ്പനും രഞ്ജിത്തും പരസ്പരം ഒന്ന് നോക്കിയശേഷം രഞ്ജിത്ത് ദേഷ്യത്തോടെ ആനന്ദിനോട്, 'ഡാ കോപ്പേ, ഇനിയും ഇങ്ങനെ തന്നെ ഇരിക്കാനാണെങ്കി എന്റെ വായിലിരിക്കുന്നത് കേക്കൂട്ടോ നീ...'

ആന്റപ്പൻ, 'എന്തെങ്കിലുമൊന്ന് മിണ്ടടാ നീ.'

ആനന്ദ് സങ്കടം മറച്ച് പിടിച്ച പുഞ്ചിരിയോടെ ആന്റപ്പനെ നോക്കിക്കൊണ്ട്, 'എന്ത് മിണ്ടാൻ. എനിക്കൊന്നുമില്ലടാ, ഞാൻ ഒക്കെയാണ്. ഒക്കെയാണ്.'

ക്ലാസിലേക്ക് ജോഫി സാർ കയറി വരുന്നു. എല്ലാവരും എഴുന്നേൽക്കുന്നു. 'ഗുഡ് മോർണിംഗ് സർ...'

'ഇരിക്കിരിക്ക്'

എല്ലാവരും ഇരിക്കുന്നു. സർ ക്ലാസിന്റെ നടുക്ക് നിന്നുകൊണ്ട്, 'ഞാനിന്നലെ പറഞ്ഞില്ലേർന്നോ നമ്മളെല്ലാവരും ഒരു ഫീൽഡ് ട്രിപ്പ് പോകുന്ന കാര്യം'

എല്ലാവരും ഒരേ സ്വരത്തിൽ 'ആം...'

'എ വൺ ക്ലാസ്സ്കാര് ഇന്നലെ പോയിവന്നു. നമ്മള് ഇന്നാണ് പോകുന്നേ. എല്ലാവരും ഫ്രൂട്ട്സ് ഐറ്റംസൊക്കെ കൊണ്ട് വന്നിട്ടില്ലേ?'

'ഉണ്ട്'

'അപ്പൊ മര്യദക്ക് അടങ്ങി ഒതുങ്ങി ഞങ്ങള് പറയണകേട്ട് നടക്കണം. പ്രിൻസിപ്പാളിന്റെ കയ്യീന്ന് ഒരു കംപ്ലൈന്റ് കേട്ടാ, പിന്നെ നിങ്ങടെ മെയിൻ ടൂറിന്റെ കേസില് ഒരു തീരുമാനമാകും. അതുകൊണ്ട് നല്ല പിള്ളേരെ പോലെ വരിവരിയായി ഗ്രൗണ്ടിലേക്ക് വിട്ടോ. നിങ്ങടെ ബസ്സ് അവിടെ വന്ന് കിടക്കണ്ട്'

എല്ലാവരും ഉത്സാഹത്തോടെ ക്ലാസിൽ നിന്ന് ഇറങ്ങാൻ തുടങ്ങുന്നു. രഞ്ജിത്ത് ബാഗ് എടുത്തുകൊണ്ട് ആന്റപ്പനോട് 'നീ എന്ത് പഴാ കൊണ്ടന്നേക്കുന്നേ?'

'ഏത്തപ്പഴം. നീയോ?'

'കപ്പളങ്ങ'

എല്ലാവരും സന്തോഷത്തോടെ വരിവരിയായി ബസിലേക്ക് കയറുന്നു. ആനന്ദിന്റെ മുഖത്ത് മാത്രം സങ്കടം പ്രകടമായിരുന്നു.

ഹൈറേഞ്ചിലുള്ള ഒരു ചെറിയ ചായക്കട. റോഡിൽ മൊത്തം കോടമഞ്ഞ്. ബസ് റോഡ്സൈഡിലുള്ള ഓട് മേഞ്ഞ ഒരു ചെറിയ ചായക്കടയുടെ മുന്നിൽ നിർത്തുന്നു. സാറുമാരും ടീച്ചർമാരും ബസ്സിൽ നിന്നിറങ്ങി എല്ലാവർക്കും ചായയും പഴംപൊരിയും വാങ്ങികൊടുക്കുന്നു. എല്ലാ സ്റ്റുഡന്റ്സും കളിച്ചും ചിരിച്ചും ചായ കുടിച്ച് സന്തോഷത്തോടെ നിൽക്കുന്നു. ആനന്ദ് മാത്രം ബസിന്റെ സൈഡിൽ ഒരു ചായ ഗ്ലാസ് പിടിച്ചുകൊണ്ട് വിഷമത്തോടെയാണ് നിൽക്കുന്നത്.

വെണ്മണി. എല്ലാവരും മൂന്നാല് ഗ്രൂപ്പുകളായി തിരിഞ്ഞ് ബോട്ടണിയുടെ ഭാഗമായി റോഡ് സൈഡിൽ കാണുന്ന ഓരോ ചെടിയും നിരീക്ഷിക്കുന്നു. ഓരോ ഗ്രൂപ്പിലും രണ്ട് സാറുമാരോ ടീച്ചേഴ്സോ ഉണ്ടായിരുന്നു. ഫീൽഡ് ട്രിപ്പിന്റെ പ്രധാന ഭാഗമായിരുന്നു ഇത്. കുട്ടികൾ പറിച്ചെടുക്കുന്ന ചെടികളും പൂക്കളും നോക്കി എന്തൊക്കെയോ ബുക്കിൽ കുറിക്കുന്ന സാറുമാരും ടീച്ചർമാരും. ആരുടേയും കൂടെ കൂടാതെ ചിന്തകളിൽ മുഴുകി നടക്കുന്ന ആനന്ദ്. രഞ്ജിത്ത് റോഡ് സൈഡിൽ കിടന്നിരുന്ന

ഒരു ചെറിയ കല്ലെടുത്ത് ആനന്ദിന് നേരെ എറിയുന്നു. ആനന്ദ് തിരിഞ്ഞ് നോക്കുമ്പോൾ അൽപ്പം ദേഷ്യത്തോടെ രഞ്ജിത്ത് 'എന്തുവാടെ ഇത്?'

ആനന്ദ് ഒന്നുമില്ല എന്ന രീതിയിൽ ഒരു ചെറുപുഞ്ചിരിയോടെ തലയാട്ടുന്നു. എന്നിട്ട് വീണ്ടും പഴയത് പോലെ തന്നെ ചിന്തയിൽ മുഴുകി നടക്കുന്നു.

എല്ലാവരും വളരെ ശ്രദ്ധയോടെ വെണ്മണി കുന്ന് കയറി. കാർമേഘം കൊണ്ട് മൂടിയ അന്തരീക്ഷം. കുന്നിന്റെ മുകളിൽ നിന്ന് താഴേക്ക് നോക്കിയാൽ ഇതുവരെ അവർ നടന്നുവന്ന റോഡ് വ്യക്തമായി കാണാൻ സാധിക്കും. എല്ലാവരും നിലത്തിരുന്ന് കൊണ്ടുവന്ന ഫ്രൂട്സെല്ലാം ബാഗിൽ നിന്നെടുത്ത് ഒരുമിച്ചിടുന്നു. ആനന്ദ് പതിയെ അവിടെ നിന്ന് എഴുന്നേറ്റ് കുന്നിന്റെ ഒരു വശത്തേക്ക് നടന്ന് പോയി. അവൻ അവിടെ ആരും കാണാതെ ഒരു പാറയുടെ സൈഡിൽ ചെന്നിരുന്ന് വിഷമത്തോടെ താഴേക്ക് നോക്കുന്നു. പെട്ടെന്ന് ഒരു പരിചയമുള്ള ശബ്ദം ആനന്ദിന്റെ കാതുകളിൽ മുഴങ്ങി 'അനന്ദു...'

അവൻ ഞെട്ടലോടെ തിരിഞ്ഞ് നോക്കുമ്പോൾ മരിച്ചു പോയ കസിൻ ചേട്ടൻ ഹരി അവന്റെ തൊട്ട് സൈഡിൽ ഇരിക്കുന്നുണ്ടായിരുന്നു. ഈ വെണ്മണി കുന്നിന്റെ മുകളിൽ നിന്ന് താഴേക്ക് ചാടിയാണ് മൂന്ന് വർഷം മുൻപ് ഹരി ആത്മഹത്യ ചെയ്തത്. ഞെട്ടലോടെ തന്നെ ആനന്ദ്, 'ചേ... ചേട്ടായി..!'

'നീ ഭയങ്കര വിഷമത്തിലാന്ന് തോന്നണു'

ആനന്ദ് മറുപടി കൊടുക്കാതെ ഇത് യാഥാർഥ്യമാണോ അതോ തോന്നലാണോ എന്ന് തിരിച്ചറിയാൻ കഴിയാതെ ഹരിയെ നോക്കി ഇരിക്കുന്നു.

'കാരണമെനിക്കറിയാം. അവളെ ഓർത്തിട്ടല്ലേ?'

ആനന്ദിന് മറുപടിയൊന്നും കൊടുക്കാൻ സാധിക്കുന്നില്ല.

'ഡാ, പെണ്ണിന് വേണ്ടിയും പണത്തിന് വേണ്ടിയും വിഷമിക്കരുത്. അത് നമുക്ക് വിധിച്ചിട്ടുണ്ടെങ്കിൽ നമ്മുടെ കയ്യിൽ തന്നെ വന്ന് ചേരും. ഇനിയിപ്പോ വിധിച്ചട്ടില്ലെങ്കി എത്ര കഷ്ടപ്പെട്ടാലും നമുക്കത് കിട്ടാൻ പോണില്ല. അതുകൊണ്ട് പറ്റുന്ന സമയത്തൊക്കെ മാക്സിമം എൻജോയ് ചെയ്യാൻ ശ്രമിക്കണം'

ആനന്ദ് ശ്രദ്ധയോടെ ഹരിയെ നോക്കിയിരിയ്ക്കുന്നു.

'വർഷങ്ങൾ കഴിഞ്ഞാലും ക്ഷമയോട് കൂടി നമ്മളെ കാത്തിരിക്കാൻ ഈ ലോകത്ത് രണ്ട് പേരെ ഉണ്ടാകൂ. അച്ഛനും അമ്മേയും. അമ്മ നമുക്ക് തണലായി കൂടെയുണ്ടെങ്കിൽ, അച്ഛൻ കാവലായി ഒപ്പമുണ്ടാകും.'

ഹരി ആനന്ദിന്റെ തോളിൽ കൈ വെച്ചുകൊണ്ട്, 'ഒറ്റക്കാണെന്ന് തോന്നുമ്പോ അച്ഛനേം അമ്മയേം ഓർത്താ മതി. കൂടെ ആരെങ്കിലുമൊക്കെ ഉള്ളതായി തോന്നിക്കോളും. പിന്നെ, ഒരു പെണ്ണ് എവിടെയെങ്കിലുമിരുന്ന് നിനക്ക് വേണ്ടി പ്രാർത്ഥിക്കുന്നുണ്ടാകും. സമയമാകുമ്പോ അവള് നിന്നെ തേടി വന്നോളും.'

ആനന്ദ് പതിയെ പുഞ്ചിരിക്കുന്നു. അവൻ പാന്റിന്റെ പോക്കറ്റിൽ നിന്ന് പേഴ്സെടുത്ത് തുറന്ന് ഹരിയുടെ ഫോട്ടോയിൽ മെല്ലെ തലോടുന്നു. ആനന്ദ് സൈഡിലേക്ക് തിരിഞ്ഞ് നോക്കുമ്പോൾ ഹരിയെ കാണുന്നില്ല. അതെല്ലാം തന്റെ തോന്നലായിരുന്നെന്ന് മനസ്സിലാക്കിയ ആനന്ദ് ഒരു പുഞ്ചിരിയോടെ അവിടെ നിന്നെഴുന്നേറ്റ് കൂട്ടുകാരുടെ അടുത്തേക്ക് ചെല്ലുന്നു. ആന്റപ്പൻ ആനന്ദിന് ഒരു ചെറിയ പേപ്പർ പ്ലേറ്റിൽ അവരുണ്ടാക്കിയ ഫ്രൂട്ട് സലാഡ് കൊടുക്കുന്നതും മഴ ചാറാൻ തുടങ്ങി. ആനന്ദും അവരുടെ കൂടെ കൂടി മഴ നനഞ്ഞ് കളിച്ചും ചിരിച്ചും പഴയതൊക്കെ മറക്കാൻ ശ്രമിച്ചുകൊണ്ടിരുന്നു. കുന്നിന്റെ മുകളിൽ നിന്ന് താഴേക്ക് നോക്കുമ്പോൾ അവർ വന്ന വഴി കോട മഞ്ഞുകൊണ്ട് മൂടി കിടക്കുകയായിരുന്നു. സ്കൂളിലേക്ക് തിരിച്ച് എത്തിയപ്പോൾ മഴ നനഞ്ഞത് കൊണ്ട് എല്ലാവരും തണുത്ത് വിറച്ചു കൊണ്ടാണ് ബസിൽ നിന്നിറങ്ങിയത്.

പതിനഞ്ച്

ഒരു ഞായറാഴ്ച. ആനന്ദ് വീട്ടിലെ ഹാളിലിരുന്ന് ടിവിയിൽ സിനിമ കാണുമ്പോഴാണ് മുറിയിൽ നിന്ന് തന്റെ നോക്കിയ കീപാഡ് ഫോൺ റിങ് ചെയ്യുന്നത് കേൾക്കുന്നത്. അവൻ മുറിയിലേക്ക് ചെന്ന് ടേബിളിന്റെ മുകളിൽ ഇരിക്കുന്ന ഫോൺ എടുത്ത് കോൾ അറ്റൻഡ് ചെയ്യുന്നു. 'ഹലോ'

അഭിരാമി, 'ആനന്ദ് ഇത് ഞാനാ അഭിരാമി'

ആനന്ദിന്റെ മുഖഭാവം മാറുന്നു. അവൻ മറുപടി ഒന്നും കൊടുക്കാതെ നിൽക്കുന്നു.

അഭിരാമി ആനന്ദിനെ കാത്ത് അമ്പലത്തിന്റെ അടുത്തുള്ള പാലത്തിൽ നിൽക്കുന്നു. കുറച്ച് കഴിഞ്ഞാണ് ആനന്ദ് അവിടേക്ക് വന്നത്. 'എന്താ കാണണോന്ന് പറഞ്ഞെ?'

'നീ എന്താ അന്ന് അമ്പലത്തിൽ വരാതിരുന്നേ?'

ആനന്ദ് മറുപടി നൽകാതെ ഗൗരവത്തോടെ തന്നെ നിൽക്കുന്നു.

'പെട്ടൊന്നൊരുസം ആരോടും പറയാതെ ട്യൂഷൻ നിർത്തി. ഞാൻ വിളിച്ചാ ഫോണും എടുക്കില്ല. എന്നിട്ട് നമ്പറ് മാറ്റി വിളിച്ചപ്പോ എടുത്തു. നിനക്കെന്താ പറ്റിയെ?'

ഒന്നും മിണ്ടാതെ നിൽക്കുന്ന ആനന്ദിന്റെ പെരുമാറ്റം കണ്ടതും ഗൗരവത്തോട് കൂടി തന്നെ അഭിരാമി, 'എനിക്ക് നിന്നെ അങ്ങനെ കാണാൻ പറ്റില്ല. ഞാനൊരു ബ്രാഹ്മിൺ ഫാമിലിയിൽ ജനിച്ച പെൺകുട്ടിയാ. ഇനി അതൊക്കെ വിട്ട് നോക്കാന്ന് വിചാരിച്ചാലും ഒരു പോയിന്റ് കഴിഞ്ഞാൽ രണ്ട് പേർക്കും അഡ്ജസ്റ്റ് ചെയ്യാൻ പറ്റില്ല. അത് മാത്രല്ല, എനിക്കെന്റെ വീട്ടുകാരെ വെറുപ്പിക്കാനും വയ്യ. നീയൊന്ന് മനസ്സിലാക്ക്.'

'ഇപ്പോഴും ഫോൺ വിളിയൊക്കെ ഇണ്ടോ? എന്നും വെളുപ്പിനെണീറ്റ് അമ്പലത്തില് പോണത് പ്രാർത്ഥിക്കാനൊന്നുമല്ലല്ലോ'

ഒരു ഞെട്ടലോടെ ആനന്ദിനെ നോക്കി നിൽക്കുന്ന അഭിരാമി.

'ഞാനന്ന് അമ്പലത്തില് വന്നായിരുന്നു. പുള്ളീടെ കാര്യം വീട്ടില് ഓക്കെ ആയിരിക്കൂലേ. എനിക്കും കാര്യം മുഖത്ത് നോക്കി പറയണ പെമ്പിള്ളേരെയാ ഇഷ്ടം.'

അഭിരാമിക്ക് ഒന്നും പറയാൻ പറ്റുന്നില്ല. അവൾ ഞെട്ടൽ മാറാത്ത തരിപ്പോടെ തന്നെ ആനന്ദിനെ നോക്കി നിൽക്കുന്നു. ആനന്ദ് അൽപ്പം പുച്ഛത്തോടെ 'ബൈ...'

അവൻ തിരിഞ്ഞ് നടന്നതും എന്തോ പറയാനെന്ന മട്ടിൽ അഭിരാമി, 'ആനന്ദ്...'

ആനന്ദ് നടത്തം നിർത്തി ഒരു നിമിഷം കണ്ണടച്ച് ശ്വാസം ഒന്ന് നിയന്ത്രിച്ചതിന് ശേഷം അഭിരാമിയെ തിരിഞ്ഞ് നോക്കിക്കൊണ്ട്, 'ഞാൻ ജീവിതത്തില് ആദ്യായിട്ട് പ്രേമിച്ച പെണ്ണ് നീയായിപ്പോയി. അതുകൊണ്ട് മറക്കാൻ പറ്റില്ല.' കൈ ഇടത് നെഞ്ചിൽ വെച്ചുകൊണ്ട്, 'എന്നും ദേ ഇവിടെ തന്നെ ഇണ്ടാകും'

ആനന്ദിന് സങ്കടം നിയന്ത്രിക്കാൻ ആയില്ല. അവൻ തിരിഞ്ഞ് ഒരു വിതുമ്പലോടെ തന്നെ നടന്ന് പോകുന്നു. എന്ത് ചെയ്യണമെന്ന് അറിയാതെ ആനന്ദ് പോകുന്നതും നോക്കി നിൽക്കുന്ന അഭിരാമി.'

പതിനാറ്

ടീപോയിയുടെ മുകളിൽ വെച്ചിരിക്കുന്ന സ്ക്രിപ്റ്റിലേക്ക് ശ്രദ്ധയോടെ നോക്കി സോഫയിൽ ഇരിക്കുന്ന ഗിരീഷ്.

കഥാകാരി, 'സാർ... സാർ...'

ഗിരീഷ് പെട്ടെന്ന് യാഥാർഥ്യത്തിലേക്ക് തിരിച്ച് വന്ന് കഥാകാരിയെ നോക്കി, 'സോറി... ഞാൻ, ഞാനാ സീൻ ഒന്ന് വിഷ്വലൈസ് ചെയ്യുവായിരുന്നു.'

'ഇവിടെ വെച്ചാണ് ഇന്റർവെൽ പ്ലാൻ ചെയ്തിരിക്കുന്നത്'

'ഇന്റർവെൽ ആയോ... എന്നാ പിന്നെ ഒരു കാര്യം ചെയ്യാം. ഒരു പത്ത് മിനിറ്റ് കഴിഞ്ഞിട്ട് ബാക്കി ഇരുന്നാ പോരെ?'

കഥാകാരി അൽപ്പം സംശയത്തോടെ നോക്കുന്നു.

'മൊത്തം ഒറ്റയടിക്ക് കേട്ടാ ചിലപ്പോ എനിക്ക് ശരിയാവില്ല. ഞാൻ ഇപ്പൊ കേട്ടതൊന്ന് മനസ്സിലിട്ട് ഓർത്ത് നോക്കട്ടെ, എന്നിട്ട് പോരെ?'

കഥാകാരി മതിയെന്ന മട്ടിൽ തലയാട്ടിക്കൊണ്ട് 'മ് മ് മ്...'

ഗിരീഷ് സോഫയിൽ നിന്ന് എഴുന്നേറ്റ് കൊണ്ട്, 'ഞാനിപ്പോ വരാം'. വീട്ടിൽ നിന്ന് പുറത്തേക്കിറങ്ങി പോകുന്നു. കഥാകാരി ഹാൻഡ്ബാഗിൽ നിന്ന് ഫോണെടുത്ത് പാർവതിയെ വിളിക്കുന്നു.

പാർവതി, 'പറ മുത്തേ... എന്തായി?'

'പകുതി ആയി. ബാക്കിയൊരു അഞ്ച് മിനിറ്റ് കഴിഞ്ഞിട്ട് കേൾക്കാന്ന് പറഞ്ഞിട്ടാള് പുറത്തേക്കെങ്ങോട്ടോ പോയി. എന്തായി നീ പോയ കാര്യം?'

പാർവതിയുടെ സഹപ്രവർത്തകരായ ആസിഫും സന്ദീപും രമ്യയും ഒരു വീടിന്റെ പുറത്ത് നിന്ന് വർഗീസിനോട് സംസാ

രിക്കുന്നു. അവർ വന്ന കാർ വീടിന്റെ മുറ്റത്ത് കിടക്കുന്നുണ്ട്. പാർവതി കുറച്ച് മാറിനിന്നാണ് കഥാകാരിയുമായി ഫോണിൽ സംസാരിക്കുന്നത്.

'എന്താവാൻ, മിനിസ്റ്ററുടെ പ്രോഗ്രാം ക്യാൻസൽ ചെയ്തു. ഇപ്പൊ വേറൊരു ആർട്ടിക്കിള് കവറ് ചെയ്യാൻ വേണ്ടി വന്നേക്കുവാ'

'ഞാൻ വിളിക്കുമ്പോ നിനക്കൊന്ന് വന്ന് പിക്ക് ചെയ്യാൻ പറ്റോ?'

'പറ്റൂന്ന് തോന്നണില്ല... ഇത് കഴിയുമ്പോഴത്തേക്കും ഒരു നേരമാവും'

വീടിന്റെ അടുത്ത് നിന്നുകൊണ്ട് ഒച്ചയിൽ രമ്യ 'പാർവതി...'

പാർവതി തിരിഞ്ഞ് രമ്യയെ നോക്കുന്നു.

രമ്യ, 'വാ'

ഫോണിൽ കഥാകാരിയോട് 'എടി ഞാൻ വിളിക്കാവേ'

പാർവതി ഫോൺ കട്ട് ചെയ്ത് സന്ദീപിന്റേം രമ്യയുടേം ആസിഫിന്റേം ഒപ്പം വീട്ടിലേക്ക് കയറി പോകുന്നു.

ഹാളിൽ മൂന്ന് സോഫകളുണ്ട്. രണ്ടെണ്ണം ഓപ്പോസിറ്റായും ഒരെണ്ണം നടുക്കായിട്ടുമാണ് ഇട്ടിരിക്കുന്നത്. വർഗീസിന്റെ ഫാമിലി ഫോട്ടോ ചുമരിൽ കാണാം. അതിൽ വർഗീസും, ഭാര്യ ലീലയും, മുപ്പത് വയസ് പ്രായം തോന്നിക്കുന്ന മകൻ ജോയലുമാണുള്ളത്. വർഗീസ് എല്ലാവരോടുമായി 'ഇരിക്ക്'. അവർ നാല് പേരും സൈഡിൽ ഓപ്പോസിറ്റായി ഇട്ടിരിക്കുന്ന സോഫയിൽ ഇരിക്കുന്നു. വർഗീസ് നടുക്ക് ഇട്ടിരിക്കുന്ന സോഫയിലും.

സന്ദീപ്, 'അന്നാ മെന്റൽ ഹോസ്പിറ്റലിൽ ശെരിക്കും എന്താ നടന്നത്'

വർഗീസ് നിലത്ത് വിരിച്ചിരിക്കുന്ന ടൈലിലേക്ക് നോക്കി എന്തോ ഓർത്തെടുക്കാൻ ശ്രമിക്കുന്നു. ഒരു പെൺകുട്ടി ഭയാനകമായി അലറുന്നതിന്റെയും ഡോക്ടർ വെങ്കിടേഷിന്റെ മരണകരച്ചിലും അയാളുടെ കാതുകളിൽ മുഴങ്ങി. വർഗീസിന്റെ ചിന്തകൾ വേറെ എങ്ങോട്ടോ പോയെന്ന് മനസ്സിലാക്കിയ ആസിഫ്, 'സാർ...' വർഗീസ് ചെറിയ ഞെട്ടലോടെ ആസിഫിനെ നോക്കുന്നു. എല്ലാവരും ആ കഥ അറിയാൻ ആകാംക്ഷയോടെ

അയാളെ തന്നെ നോക്കിയിരിക്കുകയാണ്. സോഫയിൽ നിവർന്നിരുന്ന് ശ്വാസം ഒന്ന് എടുത്ത് വിട്ടതിനുശേഷം 'ഏഴ് വർഷം മുൻപാണ്, എന്റെ ഉറക്കവും സമാധാനവും നഷ്ടപ്പെടുത്തിയ ആ സംഭവം നടക്കുന്നത്. കാണാൻ

സൗന്ദര്യമുള്ള പെൺകുട്ടികൾക്ക് ഭ്രാന്തും കൂടെയുണ്ടെങ്കിൽ പിന്നെ ആർക്കും എന്തും ചെയ്യാലോ.'

എല്ലാവരും വർഗീസിനെ തന്നെ ശ്രദ്ധയോടെ നോക്കി ഇരിക്കുന്നു.

'ഡോക്ടർ വെങ്കിടേഷ്. ക്രൂരനായിരുന്നു അയാൾ. ഡോക്ടറുടെ കുപ്പായമണിഞ്ഞ പെണ്ണുങ്ങളുടെ രക്തം ഊറ്റി കുടിക്കുന്ന ചെകുത്താൻ. പുതിയ മെന്റൽ ഹോസ്പിറ്റലിന്റെ പണി അയാൾ പകുതി വെച്ച് നിർത്തിച്ചു. ഭ്രാന്തുള്ള ഏതെങ്കിലും പെണ്ണിനെ ഹോസ്പിറ്റലിൽ അഡ്മിറ്റ് ചെയ്താൽ അയാൾ നോട്ടമിടും. ആ പെണ്ണുങ്ങളെ ഓരോന്നായി ഞാനും ശങ്കറും പുതിയ മെന്റൽ ഹോസ്പിറ്റലിലെ ഇരുമ്പ് വാതിലുള്ള മുറിയിൽ കൊണ്ട് ചെന്നാക്കും. ഞങ്ങളത് ചെയ്തില്ലെങ്കിൽ വേറെ ആളെക്കൊണ്ട് അയാളത് ചെയ്യിക്കും. അയാളുടെ ഉപയോഗത്തിന് ശേഷം പെൺകുട്ടികളെ തിരിച്ച് പഴയ മെന്റൽ ഹോസ്പിറ്റലിൽ കൊണ്ട് ചെന്നാക്കും. ഭ്രാന്തായത് കാരണം എന്ത് പറഞ്ഞാലും ആരുമൊന്നും വിശ്വസിക്കില്ലല്ലോ. അയാളത് മുതലെടുത്തു.'

രമ്യ, 'പിന്നീടെങ്ങനെയാണ് ആ പുതിയ മെന്റൽ ഹോസ്പിറ്റലൊരു പ്രേതാലയമായി മാറിയത്?'

വർഗീസ് ഭീതിയോടെ എന്തോ ഓർത്തെടുക്കാൻ ശ്രമിക്കുന്നു.

പാതി പണിതീർന്ന മെന്റൽ ഹോസ്പിറ്റൽ. ഏഴ് വർഷമായി അടഞ്ഞ് കിടക്കുന്നത് കൊണ്ട് കാട് പിടിച്ചും പെയിന്റ് പൊളിഞ്ഞും ഭിത്തിയിൽ വിള്ളൽ വീണും നശിച്ച് കിടക്കുന്നു. സന്ദീപും പാർവതിയും ആസിഫും രമ്യയും ഒരു കാറിൽ ഹോസ്പിറ്റലിന് മുന്നിൽ വന്നിറങ്ങുന്നു. പാർവതി എക്സൈറ്റ്മെന്റോടെ ഹോസ്പിറ്റൽ നോക്കിക്കൊണ്ട് 'വൗവ്... ഈ ഹോളിവുഡ് പടത്തിലൊക്കെ കാണുന്നപോലെ... കറക്ടൊരു ഹോൺട്ടഡ് പ്ലേസ്'

ആസിഫ്, 'അപ്പൊ ഇതാണ് ആ ക്രൂരനായ വെങ്കിടേഷിന്റെ അഴിഞ്ഞാട്ട സ്ഥലം'

പാർവതി കൂടെ വന്നവരുടെ നേരെ തിരിഞ്ഞ് നിന്നുകൊണ്ട്, 'ഗയ്സ്... അപ്പൊ എത്ര പേർക്ക് ധൈര്യമുണ്ട് എന്റെയൊപ്പം ഇതിനകത്ത് കയറാൻ?'

ആസിഫ്, 'ഞാൻ റെഡി'

രമ്യ, 'ഞാനും റെഡി'

പാർവതി സന്ദീപിനെ നോക്കുന്നു. സന്ദീപ് അൽപ്പം ഭയത്തോടെ 'ഞാനില്ല...'

പാർവതി, 'എന്താടാ... ഈ രമ്യക്കുള്ള ധൈര്യംപോലും നിനക്കില്ലല്ലോ.'

'പിന്നേ... എനിക്കൊന്നും വയ്യ ജീവൻ വെച്ച് കളിക്കാൻ. ആ പുള്ളി പറഞ്ഞത് നീയും കേട്ടതല്ലേ'

പാർവതി, 'അത്രക്ക് പേടിയാണെങ്കി നീ വരണ്ട. ഞങ്ങള് പോയിട്ട് വരാം. എക്സ്ക്ലൂസീവായി എന്തെങ്കിലും കിട്ടിയാലേ ഫ്രണ്ട് പേജിൽ വരാനുള്ള കണ്ടെന്റാ'

പാർവതി തിരിഞ്ഞ് ഹോസ്പിറ്റലിന്റെ അടുത്തേക്ക് പോകുന്നു. പുറകെ രമ്യയും. സന്ദീപ് ആസിഫിനെ നോക്കികൊണ്ട്, 'അളിയാ, നീയെങ്കിലും പറയണത് കേൾക്ക്. ഈ ഹോസ്പിറ്റലിന്റെ ഒരു കിലോമീറ്റർ ചുറ്റളവിൽ യാതൊരു മനുഷ്യവാസോമില്ല. അതുകൊണ്ട് ജീവന് വേണ്ടി ഒച്ച വെച്ചാപോലും ആരും കേൾക്കാൻ പോണില്ല'

'നീയറിയില്ലേ അതുമതി' ആസിഫും ഹോസ്പിറ്റലിനെ ലക്ഷ്യമാക്കി മുന്നോട്ട് നടക്കുന്നു. സന്ദീപ് അവർ പോകുന്നതും നോക്കി ടെൻഷനോടെ കാറിന്റെ അടുത്ത് തന്നെ നിൽക്കുന്നു.

ഹോസ്പിറ്റലിന്റെ വാതിൽ തുറന്ന് ഫോൺ ടോർച്ചിന്റെ വെളിച്ചത്തിൽ അകത്ത് കയറുന്ന പാർവതിയും ആസിഫും രമ്യയും. അകം മൊത്തം വിത്താമ്പലും പൊടിയും പിടിച്ച് കിടക്കുന്നു. അവർ മൂന്ന് പേരും ഉള്ളിലെ ഭയം പുറമെ പ്രകടിപ്പിക്കാതെ ടോർച്ചിന്റെ വെളിച്ചത്തിൽ വർഗീസ് പറഞ്ഞത് ഓർത്തുകൊണ്ട് മുന്നോട്ട് നീങ്ങുന്നു.

വർഗീസ്, 'ഡോക്ടറുടെ ഡെഡ്ബോഡി മാസങ്ങളോളം പുറംലോകമറിയാതെ ആ ഇരുമ്പ് മുറിക്കുള്ളിൽ കിടന്നു. മനസമാധാനം നഷ്ടപ്പെട്ട കാരണം ഞാൻ തന്നെ പോലീസിനെ വിവരമറിയിച്ചു.'

അവരുടെ രണ്ട് സൈഡിലും നിറയെ അഴികളുള്ള മുറികളാണ്. തൊട്ട് നേരെ കുറച്ച് ദൂരെയായി ആ ഇരുമ്പ് വാതിൽ അവർ കാണുന്നു. അവർ മൂന്ന് പേരും ടോർച്ച് വെളിച്ചത്തിൽ ആ ഇരുമ്പ് വാതിൽ ലക്ഷ്യമാക്കി മുന്നോട്ട് നടന്നു.

വർഗീസ്, 'അന്വേഷിക്കാൻ പോയ മൂന്ന് പോലീസുകാരിൽ ഒരാൾ മാത്രമേ അവിടെ നിന്ന് പുറത്ത് വന്നുള്ളൂ. അതും ഭ്രാന്തായി. പിന്നീട് ആ ആശുപത്രിയുടെ ഉള്ളിൽ കയറിയവരാരും തിരിച്ച് വന്നിട്ടില്ല. അഥവാ വന്നിട്ടുണ്ടെങ്കിൽ അവർക്ക് ഭ്രാന്തും പിടിച്ചിരിക്കും'

അവർ മൂന്നുപേരും ഇരുമ്പ് വാതിലിന് മുന്നിൽ എത്തുന്നു. ചുറ്റും നിശബ്ദത. അവർ പരസ്പരം ഒന്ന് നോക്കിയതിന് ശേഷം പാർവതി വാതിൽ തുറക്കാൻ ശ്രമിക്കുന്നു. എന്നാൽ പാർവതിക്കത് ഒറ്റക്കത് സാധിക്കുന്നില്ല. 'നോക്കി നിൽക്കാതെ സഹായിക്ക്.' അവർ മൂന്ന് പേരും ഒരുമിച്ച് വാതിൽ തള്ളി തുറക്കുന്നു. ഇരുമ്പ് വാതിൽ തുറന്നതിന്റെ ശബ്ദം ആ മുറിയിൽ മുഴുവൻ മുഴങ്ങി. മൂന്ന് പേരും ആ മുറിയിലേക്ക് കയറിയതും എവിടെ നിന്നോ ഭയം അവരെ വേട്ടയാടാൻ തുടങ്ങി. പേടിയോടെയാണ് അവർ മുന്നോട്ട് നടക്കുന്നത്. നടക്കുന്നതിനിടയിൽ രമ്യയുടെ കാൽ എന്തിലോ തട്ടുന്നു. ടോർച്ച് താഴേക്കടിക്കുമ്പോൾ ഒരു തലയോട്ടി കിടക്കുന്നത് അവൾ കാണുന്നു. രമ്യ പേടിയോടെ ഒച്ചവെച്ച് പുറകിലേക്ക് മാറി. രമ്യയുടെ ഒച്ചകേട്ട് തിരിഞ്ഞ് നോക്കിയ ആസിഫ്, 'എന്ത് പറ്റി?'

രമ്യ ടോർച്ച് താഴേക്കടിച്ച് കാട്ടുന്നു. തലയോട്ടി കണ്ടതും പാർവതി അൽപ്പം പേടിയോടെ 'ഓ മൈ ഗോഡ്'

പെട്ടെന്ന് അവരുടെ പിന്നിലൂടെ ആരോ ഓടുന്നു. അവർ മൂന്ന് പേരും ശബ്ദം കേട്ട് പേടിയോടെ തിരിഞ്ഞ് നോക്കുമ്പോൾ അവിടെ ആരെയും കാണുന്നില്ല. രമ്യ, 'എനിക്ക് പേടിയാകുന്നു'. പാർവതി പേടിയോടെ തന്നെ 'I think, Something is here'. പറഞ്ഞ് കഴിഞ്ഞതും ആരോ ഒരു കൈ പാർവതിയുടെ തോളിൽ വെക്കുന്നു. അവൾ ഞെട്ടി തിരിഞ്ഞ് നോക്കുന്നു. ആരെയും കാണുന്നില്ല. പാർവതി ടോർച്ച് വെളിച്ചത്തിൽ ആരുടെയോ പ്രെസെൻസ് തോന്നിയ ഇടത്തേക്ക് കുറച്ച് നേരം നോക്കി നിന്നതിന് ശേഷം അവിടേക്ക് നടക്കുന്നു, കൂടെ രമ്യയും. ആസിഫ് അവരുടെ കൂടെ ചെല്ലാൻ ശ്രമിക്കുമ്പോൾ ആരോ കാലിൽ പിടിച്ച് വലിക്കുന്ന

തുപോലെ തോന്നുന്നു. അവൻ പേടിയോടെ 'പാർവതി...' പാർവതിയും രമ്യയും തിരിഞ്ഞ് നോക്കുമ്പോൾ നടക്കാൻ പറ്റാതെ നിൽക്കുന്ന ആസിഫിനെ കാണുന്നു. പാർവതി ആസിഫിന്റെ അടുത്തേക്ക് ചെന്ന് ടോർച്ചടിച്ച് നിലത്തേക്ക് നോക്കുമ്പോൾ അവിടെ കിടന്നിരുന്ന കമ്പികളുടെ ഇടയിൽ ആസിഫിന്റെ കാൽ കുടുങ്ങി കിടക്കുന്നതാണ് കാണുന്നത്. പാർവതി കുനിഞ്ഞ് ആസിഫിന്റെ കാൽ കമ്പിയിൽ നിന്ന് വിടുവിച്ചതിന് ശേഷം നിവർന്ന് നോക്കുമ്പോൾ ആസിഫിന്റെ മുഖം വികൃതമായി പാർവതിയെ തന്നെ തുറിച്ച് നോക്കി നിൽക്കുന്നു. പാർവതി പേടിയോടെ അലറിക്കൊണ്ട് താഴെ കിടന്ന കമ്പിയെടുത്ത് ആസിഫിന്റെ തലക്കടിക്കുന്നു. അവൾ പേടിയോടെ തിരിഞ്ഞ് നോക്കുമ്പോൾ രമ്യയുടെ വികൃത രൂപം അലറിക്കൊണ്ട് ഓടി വരുന്നു. പാർവതി പേടിയോടെ തന്നെ കയ്യിൽ പിടിച്ചിരിക്കുന്ന കമ്പികൊണ്ട് രമ്യയുടേയും തലക്കടിക്കുന്നു. പാർവതി തിരിഞ്ഞ് നോക്കാതെ ആ ഇരുമ്പ് വാതിൽ ലക്ഷ്യമാക്കി കമ്പി കയ്യിൽ പിടിച്ചുകൊണ്ട് തന്നെ ഓടുമ്പോൾ നിലത്ത് കിടക്കുന്ന ആസിഫിന്റെ വികൃത രൂപം പാർവതിയുടെ കാലിൽ കയറി പിടിക്കുന്നു. അവൾ പേടിയോടെ അലറിക്കൊണ്ട് കയ്യിലിരുന്ന കമ്പി വെടിവെച്ച് ആസിഫിന്റെ തല പൊളിയും വരെ ആഞ്ഞടിക്കുന്നു. ഇതിനിടയിൽ അവളുടെ ഫോൺ നിലത്ത് വീഴുന്നുണ്ട്. പാർവതി ആ ഇരുട്ടിൽ ഓടി ഇരുമ്പ് വാതിലിന്റെ പുറത്ത് കടന്ന് ഹോസ്പിറ്റലിന് പുറത്തേക്കുള്ള വാതിൽ ലക്ഷ്യമാക്കി ഓടുന്നു. ഓടുന്നതിനിടയിൽ നിലത്ത് കിടന്ന പലകയിൽ കാൽ തട്ടിവീണ് അവളുടെ നെറ്റി പൊട്ടി ചോര ഒലിച്ചു. അവൾ അതൊന്നും കാര്യമാക്കാതെ എഴുന്നേറ്റ് വീണ്ടും പുറത്തെ വാതിൽ ലക്ഷ്യമാക്കി ഓടി.

പുറത്ത് കാറിന് മുന്നിൽ കൂടെവന്നവരെ കാത്ത് നിൽക്കുന്ന സന്ദീപ്. പാർവതി ഹോസ്പിറ്റലിൽ നിന്ന് പുറത്തേക്ക് ജീവനും കൊണ്ട് ഓടിവരുന്നത് അവൻ കാണുന്നു. നെറ്റിയിൽ നിന്നും കയ്യിൽ നിന്നും ചോര വാർന്നൊഴുകുന്നുണ്ടായിരുന്നു. പാർവതി ഹോസ്പിറ്റലിൽ നിന്ന് പുറത്ത് കടന്നതും തളർന്ന് നിലത്തേക്ക് വീണു. സന്ദീപ് എന്താ സംഭവിച്ചതെന്ന് അറിയാതെ അവളുടെ അടുത്തേക്ക് ഓടി ചെന്ന് തളർന്ന് കിടക്കുന്ന പാർവതിയെ എഴുന്നേൽപ്പിക്കാൻ ശ്രമിക്കുന്നു. 'പാർവതി... പാർവതി...'

പതിനേഴ്

ഹോസ്പിറ്റൽ റൂം. ബെഡിൽ പാർവതിയെ ഡ്രിപ്പിട്ട് കിടത്തിയിരിക്കുന്നു. തൊട്ടടുത്ത് ഒരു ചെയറിൽ സന്ദീപ് ഇരിക്കുന്നുണ്ട്. പാർവതിയുടെ കയ്യിലെയും തലയിലെയും മുറിവുകൾ കെട്ടിവെച്ചിട്ടുണ്ട്. അവൾ നല്ല മയക്കത്തിലാണ്.

ഗിരീഷിന്റെ വീട്. വീടിന് മുറ്റത്ത് പാതിവലിച്ച് തീർന്ന സിഗരറ്റ് കയ്യിൽ പിടിച്ചുകൊണ്ട് എന്തൊക്കെയോ ആലോചിച്ചു നിൽക്കുന്ന ഗിരീഷ്. അയാൾ സിഗരറ്റ് ഒന്ന് വലിച്ചതിന് ശേഷം താഴെയിട്ട് ചെരുപ്പുകൊണ്ട് ചവിട്ടി കെടുത്തി വീട്ടിലേക്ക് കയറി പോകുന്നു. ഹാളിലെ സോഫയിൽ ഇരുന്ന് സ്ക്രിപ്റ്റ് മറിച്ച് നോക്കുന്ന കഥാകാരി. ഗിരീഷ് ഹാളിലേക്ക് കയറി വന്ന് ആദ്യമിരുന്ന സോഫയിൽ തന്നെ ഇരിക്കുന്നു.

'സോറി... കുറച്ച് വൈകി പോയി'

'കുഴപ്പോല്ലാ...'

'എന്നാ പിന്നെ ബാക്കി പറഞ്ഞോ'

കഥാകാരി സ്ക്രിപ്റ്റ് ടീപോയിയുടെ മുകളിൽ വെച്ചതിന് ശേഷം ഗിരീഷിനെ നോക്കിക്കൊണ്ട്, 'ഇനിയുള്ളത് ആനന്ദിന്റെ കോളേജ് കാലഘട്ടമാണ്. ആനന്ദിന്റെ ജീവിതത്തിന്റെ രണ്ടാം പകുതി'

കഥാകാരി പറയുന്നത് ശ്രദ്ധയോടെ കേട്ടിരിക്കുന്ന ഗിരീഷ്.

പതിനെട്ട്

'വർഷം 2009.

താടിയും മീശയും വളർന്ന് നല്ല പക്വതയുള്ള രൂപം. കലിപ്പ് ലുക്കിൽ ബുള്ളറ്റ് ഓടിച്ചുകൊണ്ട് വരുന്ന ആനന്ദ്. ഹെൽമെറ്റ് ഇട്ടിട്ടില്ല.

റോഡ് സൈഡിൽ ചെക്കിങ്ങിന് നിൽക്കുന്ന ട്രാഫിക്ക് പോലീസ്. ഹെൽമെറ്റ് ഇല്ലാതെ കലിപ്പ് ലുക്കിൽ ബുള്ളറ്റിൽ വരുന്ന ആനന്ദിന് നേരെ കൈ നീട്ടുന്നു. പോലീസിനെ കണ്ടതും ആനന്ദിന്റെ കലിപ്പ് ലുക്ക് മാറി നിഷ്കുവാകുന്നു. ആനന്ദ് ട്രാഫിക്ക് പോലീസിന്റെ അടുത്ത് വന്ന് ബുള്ളറ്റ് സഡൻ ബ്രേക്ക് ഇട്ട് നിർത്തി.

പോലീസ് 'എങ്ങോട്ടാ ഇത്ര ധൃതിയില്?'

'കോളേജിലേക്ക്'

'എന്നിട്ട് ബുക്കൊന്നും കാണുന്നില്ലല്ലോ'

'ബുക്കുണ്ട് സാറെ'. ആനന്ദ് ഷർട്ട് പൊക്കി പാന്റിന്റെ സൈഡിൽ നിന്ന് ബുക്കെടുത്ത് കാണിക്കുന്നു.

'ഹെൽമറ്റോ?'

'അത് സാറെ, കോളേജില് പോകാനുള്ള ധൃതിയില് എടുക്കാൻ മറന്ന്'

കളിയാക്കുന്ന മട്ടിൽ 'മറന്ന് പോയി. ലൈസൻസ് ഉണ്ടോടാ?'

'ഉണ്ട് സാറെ'. ആനന്ദ് പാന്റിന്റെ പോക്കറ്റിൽ നിന്ന് പേഴ്സെടുത്ത് അതിനുള്ളിൽ നിന്ന് ലൈസൻസെടുത്ത് കാണിക്കുന്നു.

'ഇത് ഓക്കേ. വണ്ടീടെ ബുക്കും പേപ്പറോ?'

ആനന്ദ് ചെറിയ പരുങ്ങലോടെ 'അത് സാറെ, ബൈക്ക് എന്റെ യല്ല കൂട്ടുകാരന്റെയാ. അപ്പൊ ബുക്കും പേപ്പറും അവന്റെ കയ്യി ലായി പോയി.'

'അത് ശെരി. ഹെൽമറ്റില്ല, ബുക്കും പേപ്പറുമില്ല. ബൈക്ക് കൂട്ടുകാരന്റെയാണെന്ന് നീ പറയുന്നു.'

ആനന്ദ് തലയാട്ടി ചിരിച്ച് കാണിക്കുന്നു.

'ഇളിച്ചോണ്ടിരിക്കാണ്ട് ബൈക്കീന്നിറങ്ങടാ...'

ആനന്ദ് ബൈക്കിൽ നിന്നിറങ്ങുന്നു.

'നീ നിന്റെ കൂട്ടുകാരനെയും കൂട്ടി വണ്ടിയുടെ ബുക്കും പേപ്പ റും കൊണ്ടുവന്നിട്ട് സ്റ്റേഷനീന്ന് വണ്ടിയെടുത്ത് കൊണ്ട് പൊ ക്കോ'

അൽപ്പം വിനയത്തോടെ 'സാറേ...'

'പിന്നെ ഹെൽമറ്റ് ഇല്ലാത്തതിന് ഒരു ഇരുന്നൂറ് രൂപ കൂടി പെറ്റിയടച്ചിട്ട് പൊക്കോ'

ആനന്ദ് പോലീസ് ജീപ്പിന്റെ അടുത്ത് നിന്ന് പെറ്റി എഴുതു ന്ന ഓഫീസറുടെ അടുത്തേക്ക് ചെല്ലുന്നു.

'മാർട്ടിനെ ഒരു ഇരുന്നൂറ് എഴുതിക്കോ'

ആനന്ദ് പേഴ്സിൽ നിന്ന് പൈസയെടുത്തുകൊണ്ട്, 'സാറേ ഡിസ്കൗണ്ട് വല്ലോം ഇണ്ടാകോ?'

മാർട്ടിൻ ആനന്ദിനെ തുറിച്ച് നോക്കുന്നു. ആനന്ദ് അൽപ്പം ഭവ്യതയോടെ 'വെറുതെ ചോദിച്ചെന്നേ ഒള്ളു.'

മാർട്ടിൻ, 'മര്യാദക്ക് പെറ്റിയടച്ചിട്ട് പോടാ'

റോഡിലൂടെ വരുന്ന ബൈക്കിനും കാറിനും കൈ നീട്ടി ലിഫ്റ്റ് ചോദിക്കുന്ന ആനന്ദ്. ഒറ്റ വണ്ടിയും നിർത്തുന്നില്ല. ആനന്ദ് വേറെ വഴിയില്ലാത്തതുകൊണ്ട് മുന്നോട്ട് നടക്കുന്നു. കുറച്ച് കഴിഞ്ഞ് ഒരു കാർ അവന്റെ അടുത്ത് വന്ന് നിർത്തുന്നു. ആരാണെന്നറിയാൻ കാറിലേക്ക് നോക്കുമ്പോൾ ഡ്രൈവിങ് സീറ്റിൽ കോളേജിലെ അജിത്ത് സാറാണ് ഇരിക്കുന്നത്.

'വരുന്നുണ്ടോടാ?'

'ഇല്ല സാറെ ഞാൻ എത്തിക്കോളാം'

'അതെന്താ സാറായോണ്ടാണോ? കേറടാ.'

ആനന്ദ് കാറിൽ കേറണോ വേണ്ടയോ എന്ന് ആലോചിച്ച് നിൽക്കുന്നു.

'നിന്നോട് ഞാൻ കേറാനാ പറഞ്ഞെ'

ആനന്ദ് രണ്ടാമതൊന്ന് ചിന്തിക്കാൻ നിൽക്കാതെ കാറിൽ കയറുന്നു. കാർ മുന്നോട്ട് പോകുന്നു.

നവാഗതർക്ക് സ്വാഗതം എന്ന എഴുത്ത് കോളേജ് കവാട ത്തിന് മുന്നിൽ തൂക്കിയിട്ടിരിക്കുന്നു. കോളേജിലേക്ക് കടന്ന് വരുന്ന വിദ്യാർഥികൾ. ആനന്ദ് സാറിന്റെ ഒപ്പം കാറിൽ വന്നി റങ്ങുന്നു. 'താങ്ക് യു സർ'

'ഇന്ന് ജൂനിയേഴ്സ് വരുന്ന ദിവസമാണ്. അതുകൊണ്ട് മര്യാ ദക്കൊക്കെ നടന്നോണം'

'അയ്യോ സാറേ ഞങ്ങള് റാഗിങ്ങിനൊന്നും പോകില്ല'

'അതെനിക്കറിയാം. പക്ഷെ, വായ്നോട്ടമുണ്ടല്ലോ. അതൊന്ന് കുറച്ചേരെ. ഒരാഴ്ച കഴിയട്ടെ സമയമുണ്ടല്ലോ'

ആനന്ദ് ഒരു പുഞ്ചിരിയോടെ തലയാട്ടുന്നു. സാർ അവിടെ നിന്നും കാറുകൊണ്ട് പാർക്കിങ്ങിലേക്ക് പോകുന്നതും നോക്കി സ്വയം 'ഇങ്ങേര് സാറ് തന്നെയാണോ?'

ആന്റപ്പനും രഞ്ജിത്തും ആനന്ദിന്റെ അടുത്തേക്ക് നടന്ന് വന്ന് രഞ്ജിത്ത്, 'ഡാ...'

ആനന്ദ് തിരിഞ്ഞ് നോക്കിക്കൊണ്ട് 'നിങ്ങളൊക്കെ എന്ത് പണിയാ കാണിച്ചേ. രാവിലെ എണീറ്റപ്പോ എന്നെ വിളിക്കാൻ പാടില്ലാർന്നോ?'

ആന്റപ്പൻ, 'അതെങ്ങനാ വിളിച്ചാ നീ എണീക്കണ്ടേ. നീയെന്താ ഇത്രേം വൈകിയേ?'

'അത് ബൈക്ക് പോലീസ് പിടിച്ചു'

രഞ്ജിത്ത് ചിരിച്ചുകൊണ്ട് 'നന്നായെടാ, നിനക്ക് അങ്ങനെ തന്നെ വേണം. കഴിഞ്ഞയാഴ്ച നിന്റെ ബൈക്കും കൊണ്ട് പുറത്ത് പോയിട്ട് അമ്പത് രൂപക്ക് പെട്രോള് അടിച്ചില്ലാന്ന് പറഞ്ഞ് എന്റെ തന്തക്ക് വിളിച്ചവനല്ലേടാ നീ.'

'അതിന് പിടിച്ചത് എന്റെ വണ്ടിയല്ല. എന്റേല് പെട്രോൾ ഇല്ലാത്തോണ്ട് നിന്റെ ബൈക്ക് എടുത്തോണ്ടാ പോന്നേ. പി ടിച്ചത് നിന്റെ വണ്ടിയാ.'

രഞ്ജിത്ത്, 'പട്ടീ... കയ്യില് പൈസ ഇല്ലാത്തോണ്ട് ഞാൻ പോലും ബസ്സിനാ വന്നേ. എന്നിട്ട് എന്റെ വണ്ടി എടുത്ത് പോലീസും പിടിച്ച്...'

രഞ്ജിത്ത് ദേഷ്യത്തോടെ ആനന്ദിനെ അടിക്കാൻ ചെല്ലുന്നു. ആന്റപ്പൻ രഞ്ജിത്തിനെ വട്ടം പിടിക്കുന്നു.

രഞ്ജിത്ത്, 'വിട്റാ...'

ആനന്ദ്, 'വാടാ നീ. എന്റെ മേത്തെങ്ങാനും തൊട്ടാ കാലേവാരി നിലത്തടിക്കും ഞാൻ.'

രഞ്ജിത്ത് 'ങാഹാ, അത്രക്കായോ'

രഞ്ജിത്ത് ആന്റപ്പന്റെ കൈ രണ്ടും വിടുവിപ്പിച്ച് നിലത്ത് ചുറ്റും നോക്കുന്നു. ഒരു കല്ല് കിടക്കുന്നത് കാണുന്നു. അവൻ ആ കല്ലെ ടുത്ത് ആനന്ദിനെ എറിയാൻ നോക്കുന്നു.

ആനന്ദ്, 'ഡാ വേണ്ടാ... എറിയരുത്'

അവൻ ആനന്ദിന് നേരെ ഉന്നം പിടിക്കുന്നു.

'ഞാൻ പറയണ കേക്ക് വേണ്ടാ.'

രഞ്ജിത്ത് രണ്ടും കൽപ്പിച്ച് കല്ലെറിയുന്നു. ആനന്ദ് പെട്ടെന്ന് കുനിഞ്ഞതും കല്ല് നടന്നുവരുന്ന ജൂനിയർ പെൺകുട്ടിയായ അനുപമയുടെ കയ്യിൽ കൊള്ളുന്നു. ആനന്ദ് അബദ്ധമായെന്ന മട്ടിൽ രണ്ട് കയ്യും തലക്ക് മുകളിൽ വെയ്ക്കുന്നതും രഞ്ജിത്തും ആന്റപ്പനും എന്ത് ചെയ്യണമെന്ന് അറിയാതെ ഒരു നിമിഷത്തേ ക്ക് നോക്കി നിൽക്കുന്നു. അനുപമ വേദനകൊണ്ട് തിരിഞ്ഞ് നോക്കുമ്പോഴാണ് അവളുടെ മുഖം വ്യക്തമായി കാണാൻ സാ ധിച്ചത്. നെറ്റിയിൽ ചുവന്ന കുറി. കണ്മഷി കൊണ്ട് കണ്ണെഴു തിയിരിക്കുന്നു. മൂക്കുത്തി തെളിഞ്ഞ് കാണാം. മൂക്കിന് താഴെ ചുണ്ടിന് മുകളിലായി ഇടത്തേ സൈഡിൽ ഒരു കറുത്ത മറുക്. എവിടെയോ കണ്ട് മറന്ന ഒരു മുഖം. ആദ്യമായി അഭിരാമി യെ ട്യൂഷൻ ക്ലാസിൽ വെച്ച് കണ്ടതും, നാഗപാട്ടിനിടയിൽ അവർ പരസ്പരം നോക്കി നിന്നതും ആനന്ദ് ഓർക്കുന്നു. ആരാ തനിക്ക് നേരെ കല്ലെറിഞ്ഞതെന്ന് മനസ്സിലാവാതെ അനുപമ കൂട്ടുകാരിയായ ആൽഫിയുടെ ഒപ്പം കോളേജിലേക്ക് കയറി പോകുന്നു. രഞ്ജിത്തും ആന്റപ്പനും ആനന്ദിന്റെ അടുത്തേക്ക് വന്നുകൊണ്ട്, രഞ്ജിത്ത്, 'അതാരാ?'

ആന്റപ്പൻ 'നിനക്കവളെ നേരത്തെ പരിചയമുണ്ടോ?'

ആനന്ദ് കോളേജിലേക്ക് നോക്കി ഇല്ല എന്ന രീതിയിൽ തലയാട്ടിക്കൊണ്ട് 'ഞാനിപ്പോ വരാം'. ആനന്ദ് ഓടി കോളേജ് കെട്ടിടത്തിലേക്ക് കയറുന്നു.

കോളേജ് വരാന്ത. അനുപമ ആൽഫിയുടെ ഒപ്പം വരാന്തയിലൂടെ നടന്ന് പൊയ്ക്കൊണ്ടിരിക്കുമ്പോൾ തൊട്ട് പുറകെ ചെന്ന് ആനന്ദ് 'excuse me...'

അനുപമയും ആൽഫിയും തിരിഞ്ഞ് നോക്കുന്നു. ആനന്ദ് അനുപമയുടെ അടുത്തേക്ക് ചെന്നുകൊണ്ട് ഷേക്ക് ഹാൻഡ് കൊടുക്കാൻ കൈ നീട്ടി, 'ഹായ്, ആം ആനന്ദ്. ബി എ ലിറ്ററേച്ചർ ഫൈനൽ ഇയർ സ്റ്റുഡന്റ്'

അനുപമ ഷേക്ക് ഹാൻഡ് കൊടുക്കാതെ നമസ്തേ എന്ന രീതിയിൽ കൈ കൂപ്പുന്നു. ആനന്ദ് ചമ്മലോടെ നീട്ടിയ കൈ പിന്നോട്ട് വലിക്കുന്നത് കണ്ട് ആൽഫി പതിയെ ചിരിക്കുന്നു. ആനന്ദ് ആൽഫിയെ മൈൻഡ് ചെയ്യാതെ അനുപമയോട് 'എന്താ പേര്?'

ആൽഫി, 'അനുപമ, അനൂന്ന് വിളിക്കും'

ആനന്ദ് ദേഷ്യത്തോടെ ആൽഫിയെ നോക്കുന്നു. ആൽഫി ആനന്ദിനെ മൈൻഡ് ചെയ്യാതെ സൈഡിലേക്ക് നോക്കി നിൽക്കുന്നു. ആനന്ദ് വീണ്ടും അനുപമയോട്, 'കോതമംഗലത്താണോ വീട്?'

ആൽഫി 'കോതമംഗലത്തിനടുത്താ അവളുടെ വീട്'

ആനന്ദ് ആൽഫിയെ ദേഷ്യത്തോടെ നോക്കികൊണ്ട്, 'ഞാൻ തന്നോടല്ലല്ലോ ചോദിച്ചേ. ഈ കുട്ടിയോടല്ലേ. ഇവൾക്കെന്താ വാ തുറന്ന് പറയാൻ അറിയില്ലേ?'

ആൽഫി 'അവള് മിണ്ടില്ല. ഊമയാ'

ആനന്ദിന്റെ മുഖഭാവം മാറുന്നു. അവൻ അൽപ്പം സഹതാപത്തോടെ അനുപമയെ നോക്കിക്കൊണ്ട്, 'ആം സോറി'

ആൽഫി 'ആരുടേം സഹതാപമൊന്നും അവൾക്ക് ആവശ്യമില്ല' അനുപമയുടെ നേരെ നോക്കിക്കൊണ്ട് 'വാടി പോകാം'

അവർ രണ്ട് പേരും തിരിഞ്ഞ് നടന്ന് പോകുന്നു. ആനന്ദ് ഒച്ചയിൽ 'കോതമംഗലത്ത് എവിടെയാന്നാ പറഞ്ഞെ?'

അനുപമ തിരിഞ്ഞ് നോക്കി 'തൃക്കാരിയൂർ...' പറഞ്ഞ് കഴിഞ്ഞ് അബദ്ധമായെന്ന മട്ടിൽ നിൽക്കുന്നു. ചമ്മലോടെ നിൽക്കുന്ന

ആൽഫി. ആനന്ദ് രണ്ട് കയ്യും മുകളിലേക്ക് ഉയർത്തി ചിരിയോടെ ഒച്ചയിൽ, 'താങ്ക് യൂ.'

ആനന്ദ് ചിരിയോടെ നിൽക്കുന്നു. അനുപമ ചമ്മലോടെ തിരിഞ്ഞ് നടന്ന് പോകുന്നു.

പത്തൊൻപത്

അനുപമ അറിയാതെ ആനന്ദ് അവളെ നിരീക്ഷിക്കാൻ തുടങ്ങി. കോളേജ് കഴിഞ്ഞ് വീട്ടിൽ ഇരിക്കുമ്പോഴും അവളെ പറ്റിയുള്ള ചിന്തകളായിരുന്നു അവന്റെയുള്ളിൽ മുഴുവൻ. കോളേജിലും ലൈബ്രറിയിലുമൊക്കെ വെച്ച് അനുപമയെ കാണുമ്പോൾ സാധാരണയേക്കാൾ വേഗത്തിൽ ഹൃദയമിടിപ്പ് കൂടുകയും എന്തെന്നില്ലാത്ത സന്തോഷവുമായിരുന്നു അവന്. ആനന്ദ് അവൻ പോലുമറിയാതെ ഒരു സ്റ്റോക്കറായി മാറുന്നുണ്ടോ എന്നുപോലും സംശയിക്കേണ്ടിയിരിക്കുന്നു.

അനുപമയും ആൽഫിയും കോളേജ് വരാന്തയിലൂടെ നടന്ന് പോകുമ്പോൾ ഒരു സംശയം തോന്നി അനുപമ തിരിഞ്ഞ് നോക്കുന്നു. അപ്പോഴാണ് ആനന്ദ് തന്നെ ഫോളോ ചെയ്യുന്നുണ്ടെന്ന് അവൾക്ക് ഉറപ്പാകുന്നത്. അവൾ അൽപ്പം ദേഷ്യത്തോടെ ആനന്ദിന്റെ അടുത്തേക്ക് ചെന്നുകൊണ്ട്,

'ചേട്ടാ ഞാൻ ചോദിക്കുന്നതുകൊണ്ട് ഒന്നും വിചാരിക്കരുത്. ഇങ്ങനെ പുറകെ നടന്ന് സ്റ്റോക്ക് ചെയ്യാൻ ഉളുപ്പില്ലേ?'

ആനന്ദിന്റെ മുഖഭാവം മാറുന്നു. അവൻ അൽപ്പം ഗൗരവത്തോടെ ആൽഫിയെ നോക്കുന്നു.

ആൽഫി, 'ഞാൻ പോയേക്കാം. ഇനി ഞാൻ നിൽക്കുന്നത് കൊണ്ടൊന്നും പറയാതിരിക്കണ്ട'

ആൽഫി അവിടെ നിന്ന് മാറി പോകുന്നു. അനുപമ, 'ഇനി പറ'

'എനിക്ക് നിന്നെ ഇഷ്ടാ. ടൈം പാസിനല്ല, സീരിയസ് ആയിട്ടാ'

അനുപമ ഒരു സെക്കൻഡ് പോലും ആലോചിക്കാതെ 'താല്പര്യമില്ല'

'അതെന്താ?'

'ചേട്ടന് എന്നേക്കാളും നല്ല വേറെ പെണ്ണിനെ കിട്ടും. പിന്നെന്തിനാ വെറുതെ എന്റെ പുറകെ നടന്ന് സമയം കളയണെ'

'എനിക്ക് ഉപദേശമല്ല വേണ്ടേ റീസണാണ്. എന്തുകൊണ്ട് താല്പര്യമില്ല?'

അനുപമ കുറച്ച് നേരം ആലോചിച്ച് നിന്നതിന് ശേഷം, 'ഓക്കേ, റീസണല്ലെ. എനിക്ക് താടിയുള്ള ആണുങ്ങളെ ഇഷ്ടല്ല, അതുകൊണ്ട് തന്നെ. പോരെ'

അനുപമ തിരിഞ്ഞ് വേഗത്തിൽ നടന്ന് പോകുന്നു. ആനന്ദ് എന്തോ കാര്യമായി ആലോചിച്ചതിന് ശേഷം താടിയിൽ തടവിക്കൊണ്ട് അനുപമ പോകുന്നതും നോക്കി നിൽക്കുന്നു.

വാടക വീട്, രാത്രി. ആനന്ദും ആന്റപ്പനും രഞ്ജിത്തും ഹാളിൽ നിലത്ത് വട്ടം കൂടിയിരുന്ന് വെള്ളമടിക്കുന്നു. ടച്ചിങ്സിനായി ഒരു പാക്കറ്റ് മിച്ചർ പൊട്ടിച്ച് നടുക്ക് വെച്ചിട്ടുണ്ട്.

രഞ്ജിത്ത്, 'വടിയ്ക്കരുതളിയാ... വടിയ്ക്കരുത്. എന്തൊക്കെ വന്നാലും താടീം മീശേം മാത്രം വടിയ്ക്കരുത്'

ആന്റപ്പൻ 'കറക്റ്റ്. ഈ താടീം മീശേം അങ്ങനെ എല്ലാർക്കും വരണതല്ല. അതുകൊണ്ട് തന്നെ അതുള്ളോര് പൊന്ന് പോലെ സൂക്ഷിച്ച് കൊണ്ട് നടക്കണം. എങ്ങനെ, പൊന്ന് പോലെ.'

ഇത്രേം പറഞ്ഞുകൊണ്ട് ഒരു ഗ്ലാസ് മദ്യമെടുത്ത് ആന്റപ്പൻ ഒറ്റവലിക്ക് കുടിക്കുന്നു. ആനന്ദ് താടിയിൽ തടവിക്കൊണ്ട്, 'അല്ലെങ്കി തന്നെ മാസങ്ങളോളം വളർത്തിയെടുത്ത താടി ഒരു പെണ്ണിന് വേണ്ടി കളയാൻ എനിക്ക് വട്ടല്ലേ'

രഞ്ജിത്ത്, 'അതാണ്'

ആനന്ദ് എഴുന്നേറ്റ് മുണ്ട് മടക്കിയുടുത്ത്, 'ഞാനെന്നാ കിടക്കാൻ പോവാ. നല്ല ക്ഷീണം. നിങ്ങള് വരണില്ലേ?'

ആന്റപ്പൻ, 'ഞങ്ങളീ ബോട്ടിലും കൂടി തീർത്തിട്ടേ വരണുള്ളൂ. നീ പൊക്കോ'

'മ് മ് മ്...' അവൻ മുറിയിലേക്ക് തിരിഞ്ഞ് നടന്ന് കൊണ്ട്, 'മദ്യപാനം ആര്യോഗത്തിന് ഹാനികരം. മറക്കണ്ടാ.'

രഞ്ജിത്ത്, 'ഹാനികരമല്ലടാ, ഹാനിഹരം. ആദ്യം മര്യാദക്ക് പറയാൻ പഠിക്ക്.'

ആനന്ദ് മുറിയിൽ കയറി ലൈറ്റ് ഇട്ട് അലമാരയിലെ കണ്ണാടിയുടെ മുന്നിൽ നിന്ന് പതിയെ താടി തടവിക്കൊണ്ട് ചിരിക്കുന്നു.

രാവിലെ. ഹാളിലുള്ള ഡെസ്കിന്റെ മുകളിൽ വെച്ച് ഇലക്ട്രിക്ക് തേപ്പ് പെട്ടികൊണ്ട് ഷർട്ട് തേക്കുന്ന പണിയിലാണ് രഞ്ജിത്ത്. ഡെസ്കിന്റെ അറ്റത്ത് വെച്ചിരിക്കുന്ന റേഡിയോയിൽ നിന്ന് പഴയ ഇളയരാജ പാട്ടുകൾ കേൾക്കുന്നുണ്ട്. ആന്റപ്പൻ രഞ്ജിത്തിന്റെ അടുത്തേക്ക് വന്നുകൊണ്ട്, 'ഡാ എന്റെ ഷേവിങ് സെറ്റ് കണ്ടോ?'

'ഞാനൊന്നും എടുത്തില്ല'

'ശ്ശെ, എന്നാലുമത് എവിടെ പോയി?'

രഞ്ജിത്ത് ഷർട്ട് തേക്കുന്നത് നിർത്തിയിട്ട് സംശയത്തോടെ, 'നിനക്കെന്തിനാ ഇപ്പൊ അത്, നീയും താടി വടിക്കാൻ പോകുവാണോ?'

'അതൊന്നല്ല, ഇത് വേറെ കാര്യത്തിനാ'

രഞ്ജിത്ത് ആന്റപ്പനെ അടിമുടിയൊന്ന് നോക്കിയശേഷം കാര്യം മനസ്സിലായി എന്ന രീതിയിൽ ആക്കി ചിരിച്ചുകൊണ്ട്, 'സൂക്ഷിച്ചും കണ്ടുമൊക്കെ വടിക്കണേടാ. ഇല്ലെങ്കി മുറിയും.'

'അതിന് സാധനമെവിടെ?'

'ആ, എനിക്കൊന്നും അറിയാൻ പാടില്ല' എന്നും പറഞ്ഞ് തിരിയുമ്പോൾ രഞ്ജിത്ത് പെട്ടെന്ന് ആന്റപ്പന്റെ പുറകിലെ മുറിയിൽ എന്തോ കണ്ട് ഞെട്ടുന്നു, 'യ്യോ...'

'ന്താടാ?'

രഞ്ജിത്ത് ഞെട്ടലോടെ തന്നെ ആന്റപ്പനോട് പിന്നിലേക്ക് നോക്കാൻ പറഞ്ഞ് തലകൊണ്ട് ആംഗ്യം കാണിക്കുന്നു. ആന്റപ്പൻ പുറകിലേക്ക് നോക്കുമ്പോൾ ആനന്ദ് താടിവടിച്ച് മീശ മാത്രം നിർത്തി ഇടതത്തെ കയ്യിൽ ഷേവിങ് സെറ്റും പിടിച്ചുകൊണ്ട് നിൽക്കുന്നു. ആനന്ദ് വലത്തേ കൈ ഉപയോഗിച്ച് മീശ പിരിച്ചുകൊണ്ട്, 'എങ്ങനെയുണ്ട് എന്റെ പുതിയ സ്റ്റൈൽ?'

രഞ്ജിത്ത് ഞെട്ടലോടെ തന്നെ, 'കൊള്ളാം. മനോഹരമായിരിക്കുന്നു.'

ആന്റപ്പൻ 'എന്നാ പിന്നെ നിനക്കാ മീശകൂടെ കളയാൻ പാടില്ലേർന്നോ?'

'അതെന്തിനാ?'

'നാണമില്ലേടാ ശവമേ ഒരു പെണ്ണിന്റെ വാക്കുംകേട്ട് താടി കളയാൻ'

'ഞാനൊരു പെണ്ണിന്റേം വാക്ക് കേട്ട് കളഞ്ഞതൊന്നുമല്ല. എനിക്ക് കളയണോന്ന് തോന്നി കളഞ്ഞു. അത്രൊള്ളു.'

രഞ്ജിത്ത് 'എന്തൊക്കെയായാലും കൊള്ളാം. അത്രേം ഭാഗത്തെ വൃത്തികേടങ്ങ് മാറികിട്ടി.'

ആന്റപ്പൻ ഓടി ചെന്ന് ആനന്ദിന്റെ കയ്യിലിരുന്ന ഷേവിങ് സെറ്റ് മേടിച്ചുകൊണ്ട്, 'നീയിതിങ്ങ് തന്നെ. എനിക്കിത് കൊണ്ട് ഒരു പരിപാടിയുണ്ട്'

അവൻ ഷേവിങ് സെറ്റുമായി ഹാളിലെ കോമൺ ബാത്ത്റൂമിലേക്ക് കയറി പോകുന്നു. ആനന്ദ് ഒച്ചയിൽ 'നീയും താടി വടിക്കാൻ പോകുവാണോ?'

ബാത്ത് റൂമിൽ നിന്ന്, 'ങാ...'

ആനന്ദ് അൽപ്പം സംശയത്തോടെ രഞ്ജിത്തിനെ നോക്കുന്നു. രഞ്ജിത്ത് 'മ് മ് മ്... ദാ ഹിഡൻ ബിയേർഡ്'

ആനന്ദ് മനസ്സിലായ മട്ടിൽ തലയാട്ടികൊണ്ട് 'ഓ...'

ഇരുപത്

കോളേജിലേക്ക് രാവിലെ വരുന്ന വിദ്യാർഥികൾ. ആനന്ദും രഞ്ജിത്തും ആന്റപ്പനും രണ്ട് ബുള്ളറ്റുകളിലായി വരുന്നു. ആനന്ദും രഞ്ജിത്തുമാണ് ബൈക്ക് ഓടിക്കുന്നത്. ആനന്ദിന്റെ ഒപ്പമാണ് ആന്റപ്പനുള്ളത്. അവർ കോളേജിന് മുന്നിലെ പാർക്കിംഗ് സ്പേസിൽ ബുള്ളറ്റ് പാർക്ക് ചെയ്തതിന് ശേഷം ബൈക്കിൽ നിന്ന് ഇറങ്ങി നിൽക്കുന്നു.

ആനന്ദ് മീശ പിരിച്ച് കൊണ്ട്, 'നീയൊക്കെ ഇന്ന് കണ്ടോ. അവളെന്നോട് ഇങ്ങോട്ട് വന്ന് ഇഷ്ടാന്ന് പറയും.'

രഞ്ജിത്ത് 'പറഞ്ഞാ നിനക്ക് കൊള്ളാം'

ആനന്ദിന്റെ സഹപാഠിയായ ഷഫീഖ് ഇവരുടെ അടുത്തേക്ക് വരുന്നു. ഷഫീഖിന് നടക്കുമ്പോൾ ചെറിയ മുടന്തുണ്ട്.

'ഇതെന്താടാ നീ പോലീസിൽ ചേരാൻ പോണോ?'

ആനന്ദ് പിരിച്ച മീശ നേരെയാക്കിക്കൊണ്ട്, 'ഏയ് അങ്ങനൊന്നൂലാ.'

'പിന്നെ... ഒരു ഹാപ്പി ന്യൂസ് ഉണ്ട്. എനിക്ക് ജോലി കിട്ടി.'

രഞ്ജിത്ത് അൽപ്പം ആശ്ചര്യത്തോടെ, 'കൊള്ളാലോ, അതെങ്ങനെ?'

ഷഫീഖ്, 'വെറുതെയല്ലല്ലോ പ്ലസ് ടു കഴിഞ്ഞപ്പോ മുതല് പിഎസ്സിക്ക് പോകാൻ തുടങ്ങിയെ.'

ആനന്ദ്, 'അത് നന്നായി. അല്ല അപ്പൊ നീ ഡിഗ്രീ കമ്പ്ലീറ്റ് ചെയ്യുന്നില്ലേ?'

'അല്ലേലും ഡിഗ്രി ഞാൻ പാസാവാൻ പോണില്ല. പിന്നെ വെറുതെ എന്തിനാ സമയം കളയണെ. എത്രേം പെട്ടെന്ന്

ജോലിക്ക് കേറിയാ ഉമ്മേം ഹാപ്പി ഞാനും ഹാപ്പി...'

ആന്റപ്പൻ, 'എന്തായാലും പൊളിച്ചു.'

'അപ്പൊ ഞാൻ പറയാൻ വന്നത്, ഈ വ്യാഴാഴ്ച നൈറ്റ് ഇതിന്റെ മോളില് ഒരു വെള്ളമടി പാർട്ടി ഉണ്ട്. നിങ്ങളെല്ലാവരും വരണം.'

ആന്റപ്പൻ, 'ഇവിടെയോ? അത് പ്രശ്നമാവൂലെ?'

'എന്ത് പ്രശ്നം, ഒരു പ്രശ്നവും ഇല്ല. ഹാഫ് പൈന്റ്, ചിക്കൻ ബിരിയാണി. സെക്യൂരിറ്റി ദേ നമ്മടെ പോക്കറ്റിലാ. ലാസ്റ്റ് ദിവസം കോളേജിൽ വെച്ചല്ലാതെ വല്ല ബാറിലും വെച്ചാഘോഷിച്ചിട്ട് എന്താടാ കാര്യം?'

രഞ്ജിത്ത്, 'അതും പോയിന്റ് ആണ്.'

'അപ്പൊ മറക്കണ്ട വ്യാഴാഴ്ച. പിന്നെ ആനന്ദെ, ഞാനിവിടെന്ന് പോവാണെന്ന് കരുതി എന്നെങ്കിലും നീ പടം ചെയ്യുമ്പോ ചാൻസ് തരാൻ മറക്കണ്ടാ.'

ഒരു ചെറുപുഞ്ചിരിയോടെ ആനന്ദ്, 'അത് പിന്നെ ചോദിക്കാനുണ്ടോ.'

'അതാണ്. ന്നാ നടക്കട്ടെ കാണാം' ഇതും പറഞ്ഞ് ഷഫീഖ് ചെറിയ മുടന്തോടെ നടന്ന് കോളേജിലേക്ക് പോകുന്നു.

ഷഫീഖ് പോകുന്നതും നോക്കി ആനന്ദ്, 'പാവം... എന്തായാലും അവൻ രക്ഷപ്പെട്ടല്ലോ.'

രഞ്ജിത്ത്, 'ബൈ ദ ബൈ, നമ്മടെ വിഷയം അതല്ലല്ലോ.'

ആനന്ദ് രഞ്ജിത്തിനെയും ആന്റപ്പനെയും നോക്കുന്നു.

ആന്റപ്പൻ 'ഇനിയിപ്പോ അവളെങ്ങാനും നിന്നോട് ഇഷ്ടല്ലാന്ന് പറഞ്ഞാ?'

'കോൺഫിഡൻസ് കളയല്ലേടാ തെണ്ടീ.'

അനുപമയും ആൽഫിയും നടന്ന് വരുന്നത് രഞ്ജിത്ത് കാണുന്നു. 'ദേഡാ വരുന്നുണ്ട് വരുന്നുണ്ട്.'

ആനന്ദ് രഞ്ജിത്തിന്റേയും ആന്റപ്പന്റെയും നേരെ തിരിഞ്ഞ് നിന്നുകൊണ്ട്, 'ഡാ, കുഴപ്പൊന്നുമില്ലല്ലോ. ഓക്കെയല്ലേ?'

രഞ്ജിത്ത് 'ഒരു കുഴപ്പവുമില്ല. നീ ധൈര്യായിട്ട് ചെല്ല്'

ആനന്ദ് തിരിഞ്ഞ് അനുപമ പോകുന്നതും നോക്കി നിന്നതിന് ശേഷം ശ്വാസം ഒന്ന് എടുത്ത് വിട്ടിട്ട് ആത്മവിശ്വാസത്തോട്

കൂടി നടന്ന് പോകുന്നു. ആന്റപ്പൻ സ്വയം 'വല്ലതും നടന്നാ മതിയാർന്ന്'

ആനന്ദ് നടന്ന് പോകുന്ന അനുപമയുടെയും ആൽഫിയുടെയും അടുത്തേക്ക് ചെല്ലുന്നു. താടിയില്ലാത്ത ആനന്ദിനെ കണ്ടതും അനുപമ അല്പം ഞെട്ടലോടെ നിൽക്കുന്നു.

ആനന്ദ് 'ഇപ്പൊ എങ്ങനിണ്ട്? മീശയുള്ള ആമ്പിള്ളേരെ ഇഷ്ടമാണല്ലോലെ'

അനുപമ എന്താ പറയേണ്ടതെന്നറിയാതെ കുറച്ച് നേരം നിന്നതിന് ശേഷം 'ചേട്ടൻ ഇത്രേം സീരിയസ് ആണെന്ന് എനിക്ക് അറിയില്ലായിരുന്നു.'

'പിന്നെ സീരിയസ് അല്ലാണ്ട്. ടൈം പാസിന് വേണ്ടി ഒരാൾടെ അടുത്ത് ചെന്ന് ഇഷ്ടാന്ന് പറയാൻ എനിക്കെന്താ വട്ടാ?'

അനുപമയും ആൽഫിയും പരസ്പരം ഒന്ന് നോക്കിയതിന് ശേഷം ആനന്ദിനോട് 'ഞാൻ നേരത്തെ പറയേണ്ടതാർന്നു. സോറി, എനിക്ക് ഓൾറെഡി ഒരു ആളുണ്ട്.'

ആനന്ദ് ചെറിയ ഞെട്ടലോടെ 'എന്താന്ന്?'

'ഞാൻ കമ്മിറ്റഡാ''

ഇത് കേട്ടതും ആനന്ദ് പതിയെ ചിരിക്കാൻ തുടങ്ങുന്നു.

'ഞാൻ സീരിയസ്സായിട്ട് പറഞ്ഞതാ'

ആനന്ദ് ചിരിയോടെ തന്നെ 'അതെ കൊച്ചേ'

'അനുപമ'

'ആ അനുപമേ, ഇഷ്ടാണെന്ന് പറഞ്ഞ് പുറകെ നടക്കണ ആൺപിള്ളേരോട് മിക്ക പെൺപിള്ളേരും പറയണ ഡയലോഗാ ഇത്. അതുകൊണ്ട് വേറെ എന്തെങ്കിലും പറയാനുണ്ടെങ്കി പറ.'

അനുപമ ദേഷ്യത്തോടെ, 'ചേട്ടൻ വിശ്വസിക്കോ വിശ്വസിക്കാതിരിക്കോ എന്നൊന്നും എന്നെ ബാധിക്കണ കാര്യമല്ല. ഞാൻ കമ്മിറ്റഡ് ആണെന്ന് പറഞ്ഞത് സത്യാ. ആളുടെ പേര് ഗൗതം. എന്നും വൈകുന്നേരം എന്നെ പിക്ക് ചെയ്യാൻ ഇവിടെ വരാറുണ്ട്. ആ ടൈമില് വന്നാ ഞാൻ പരിചയപ്പെടുത്തി തരാം.'

ആനന്ദ് ഒന്നും മിണ്ടാതെ നിൽക്കുന്നു. ആൽഫി അനുപമയോട് 'നീയിങ് വന്നേ ക്ലാസിന് സമയായി'. ആൽഫി അനുപമയുടെ കയ്യിൽ പിടിച്ചുകൊണ്ട് അവിടെ നിന്ന് കൂട്ടിക്കൊ

ണ്ട് പോകുന്നു. അവർ പോകുന്നതും നോക്കി നിരാശയോടെ നിൽക്കുന്ന ആനന്ദ്. ആന്റപ്പനും രഞ്ജിത്തും ആനന്ദിന്റെ അടുത്തേക്ക് വന്നുകൊണ്ട്, 'അവളെന്താ പറഞ്ഞെ?' ആനന്ദ് നിരാശയോടെ രഞ്ജിത്തിനെ നോക്കുന്നു.

കോളേജ് ക്യാന്റീൻ. ആനന്ദും ആന്റപ്പനും രഞ്ജിത്തും ഒരു ടേബിളിന് ചുറ്റും ഇരിക്കുന്നു. ആനന്ദിന്റെ മുഖത്ത് നിരാശ പ്രകടമാണ്.

ആന്റപ്പൻ 'ശ്ശെ... അതൊരുവക ഏർപ്പാടായിപ്പോയല്ലോ'

രഞ്ജിത്ത് 'ഇനി ചിലപ്പോ ഇവനെ ഒഴിവാക്കാൻ വേണ്ടി കള്ളം പറയണതായിരിക്കോ?'

ആന്റപ്പൻ 'അതും ശെരിയാ'

ആനന്ദ് 'എന്ത് ശെരിയാന്ന്? കള്ളമാണെങ്കി വൈകുന്നേരം പിക്ക് ചെയ്യാൻ വരോ?'

ആന്റപ്പൻ 'അതും ശെരിയാണ്'

രഞ്ജിത്ത് 'നീ ഏതെങ്കിലുമൊന്നിൽ ഉറച്ച് നിക്ക്ട്ടാ ആന്റപ്പാ. ചുമ്മാ രണ്ട് വഞ്ചിയിലും കാല് കുത്താതെ'

ആന്റപ്പൻ 'നീയെന്തിനാ എന്നോട് ദേഷ്യപ്പെടണേ? ഏതോ ഒരു പെണ്ണ് എന്തോ പറഞ്ഞെന്ന് കരുതി ഇനി എന്റെ മെക്കട്ട് കേറിക്കോ'

പ്രകാശേട്ടൻ അവരുടെ അടുത്തേക്ക് വന്നുകൊണ്ട്, 'എന്താണ്... എന്തോ വല്യ ഡിസ്കഷനിലാണെന്ന് തോന്നണൂലോ'. ഇതും പറഞ്ഞ് കൊണ്ട് അവിടെ കിടക്കുന്ന കസേരയിൽ ചെന്നിരിക്കുന്നു.

ആന്റപ്പൻ 'ഏയ് അങ്ങനൊന്നൂല്ലാ'

'നിങ്ങളൊക്കെ ക്ഷീണിച്ച് പോയല്ലോടാ, ന്തേ ഭക്ഷണം ഒന്നും കഴിക്കാറില്ല?'

രഞ്ജിത്ത് 'ങാ... കഴിക്കാറുണ്ടല്ലോ'

'ഏയ് ക്ഷീണിച്ച് പോയി'

പ്രകാശേട്ടൻ കസേരയിൽ ഇരുന്നുകൊണ്ട് തന്നെ പുറകിലേക്ക് തിരിഞ്ഞ് നോക്കിക്കൊണ്ട്, 'ജോസഫേ... ജോസഫേ, ഇവിടെ പിള്ളേർക്ക് മൂന്ന് ഫുള്ള് സി ബി കൊടുത്തേ'

രഞ്ജിത്ത് അൽപ്പം ഞെട്ടലോടെ സ്വയം 'ഫുൾ ബിരിയാണിയോ!'

ആന്റപ്പനും ആനന്ദും രഞ്ജിത്തും പരസ്പരം നോക്കി ഉമിനീർ ഇറക്കുന്നു. ആനന്ദ് പ്രകാശേട്ടനോട് 'ഫുള്ളൊന്നും വെണ്ടാർന്ന് പ്രകാശേട്ടാ, ഹാഫായാലും മതി'

'ഏയ് അതൊന്നും പറ്റില്ല. വയറ് നിറച്ച് കഴിക്കണം. നിങ്ങളൊക്കെ നന്നായിട്ട് പഠിക്കണില്ലേ?'

ആന്റപ്പൻ ഒരു കള്ള ചിരിയോടെ 'ഓ പിന്നേ...'

രഞ്ജിത്ത് 'അല്ല പ്രകാശേട്ടാ, നിങ്ങൾക്കിവിടെ ലാബില് ഇത്രേം നല്ല ജോലിയുണ്ടായിട്ട് പിന്നെന്തിനാ വേറെ സൈഡ് ബിസിനസ്?'

ജോസഫ് മൂന്ന് പ്ലേറ്റ് ബിരിയാണി ടേബിളിൽ കൊണ്ട് വന്ന് വെക്കുന്നു.

'ഇവിടുന്ന് കിട്ടണ ശമ്പളം കൊണ്ടൊന്നും ഇപ്പൊ ജീവിക്കാൻ പറ്റില്ലാന്നേ. എന്തൊക്കെ ചിലവുകളാ'

അവർ മൂന്ന് പേരും ബിരിയാണി കഴിക്കാൻ തുടങ്ങുന്നു. ആനന്ദ് ബിരിയാണിയിലെ ചിക്കൻ ലെഗ് പീസ് കടിച്ച് പറിച്ചുകൊണ്ട് 'ചേട്ടൻ കഴിക്കണില്ലേ?'

'ഓ വേണ്ടാ... നിങ്ങള് കഴിച്ചോ' വാച്ചിൽ നോക്കിയതിന് ശേഷം 'ഞാനെന്നാ പോയേക്കുവാ. ഇച്ചിരി പരിപാടിയുണ്ട്. അപ്പൊ കഴിച്ച് കഴിഞ്ഞ് കൗണ്ടറില് പൈസ കൊടുത്തേരേട്ടോ'. പ്രകാശേട്ടൻ കസേരയിൽ നിന്ന് എഴുന്നേൽക്കുന്നു. മൂന്ന് പേരും കഴിക്കുന്നത് നിർത്തിയിട്ട് ഒരു ഞെട്ടലോടെ പ്രകാശേട്ടനെ നോക്കുന്നു.

രഞ്ജിത്ത് 'അല്ലാ, അപ്പൊ പ്രകാശേട്ടൻ പൈസ കൊടുക്കൂലെ?'

'നിങ്ങള് കഴിച്ചതിന് ഞാനെന്തിനാ പൈസ കൊടുക്കണേ?'

അവർ മൂന്ന് പേരും അബദ്ധം പറ്റിയപോലെ പ്രകാശേട്ടനെ തന്നെ നോക്കി ഇരിക്കുന്നു. കഴിച്ച് പകുതിയായ ചിക്കന്റെ ലെഗ് പീസ് ഇപ്പോഴും ആനന്ദിന്റെ കയ്യിലിരിക്കുന്നുണ്ട്.

'നന്നായിട്ട് കഴിക്ക്. ശെരിയെന്നാ'

പ്രകാശേട്ടൻ അവിടെ നിന്ന് നടന്ന് പോകുന്നു. അവർ മൂന്ന് പേരും പരസ്പരം നോക്കുന്നു. ആനന്ദ് ഇടറിയ ശബ്ദത്തിൽ 'അപ്പൊ പ്രകാശേട്ടൻ..!' എന്ത് ചെയ്യണമെന്നറിയാതെ ഇരിക്കുന്ന ആന്റപ്പനും രഞ്ജിത്തും ആനന്ദും.

വൈകുന്നേരം. കോളേജ് വിട്ട് വിദ്യാർത്ഥികൾ പുറത്തേക്ക്

നടന്ന് പോകുന്നു. ആന്റപ്പനും ആനന്ദും രഞ്ജിത്തും പാർക്കിംഗ് സ്പേസിൽ അവരുടെ ബൈക്കിന് അടുത്ത് നിൽക്കുന്നുണ്ട്.

രഞ്ജിത്ത് 'ശെരിക്കും ഗൗതമെന്ന് പറയണ ആളുണ്ടോ?'

ആന്റപ്പൻ 'ഉണ്ടോ ഇല്ലയോന്ന് ഇപ്പൊ അറിയാലോ'

ആനന്ദ് 'ഇല്ലായിരിക്കും. അവള് വെറുതെ പറ്റിക്കാൻ വേണ്ടി പറഞ്ഞതാന്നേ'

ആന്റപ്പൻ 'അങ്ങനെ പറഞ്ഞ് ആശ്വസിക്കാം'

R X 100-ൽ വരുന്ന ഗൗതത്തിനെ കണ്ട രഞ്ജിത്ത് 'ഏതാടാ ആ പുതിയ മുഖം?' ആന്റപ്പനും ആനന്ദും രഞ്ജിത്ത് നോക്കുന്നിടത്തേക്ക് നോക്കുമ്പോൾ ഗൗതം വരുന്നത് കാണുന്നു. ആന്റപ്പൻ 'ഇനി അവൻ വല്ലതുമായിരിക്കോ?'

ഗൗതം അവരുടെ മുന്നിലൂടെ ബൈക്കിൽ ചീറി പാഞ്ഞ് ക്യാമ്പസിന് മുന്നിൽ നിർത്തുന്നു. ക്യാമ്പസിൽ നിന്ന് ഇറങ്ങിവന്ന അനുപമ ഗൗതത്തിന്റെ ബൈക്കിൽ കയറുന്നു. അവൻ അനുപമയെ ബൈക്കിൽ ഇരുത്തിക്കൊണ്ട് അവരുടെ മുന്നിലൂടെ ചീറി പാഞ്ഞ് പോകുന്നു. കണ്മുന്നിൽ കണ്ടത് വിശ്വസിക്കാൻ പറ്റാതെ നിൽക്കുന്ന ആനന്ദ്. രഞ്ജിത്ത് 'ഇതവൻ തന്നെ...'

ഇരുപത്തിയൊന്ന്

രാത്രി. വാടക വീട് - ആനന്ദ് ടെറസിന്റെ മുകളിൽ നിന്ന് വിരഹത്തോടെ വിജനതയിലേക്ക് നോക്കി നിൽക്കുന്നു. നിലത്ത് വെച്ചിരിക്കുന്ന റേഡിയോയിൽ നിന്ന് ചെമ്മീൻ സിനിമയിലെ മാനസ മൈനേ വരൂ എന്ന പാട്ട് കേൾക്കുന്നുണ്ട്. ആനന്ദിനെ നോക്കിക്കൊണ്ട് കോണിപ്പടികൾ കയറിവരുന്ന ആന്റപ്പനും രഞ്ജിത്തും. രഞ്ജിത്ത് സ്വയം 'ഇവനാര് ചെമ്മീനിലെ പരീക്കുട്ടിയോ?' വിരഹത്തോടെ നിൽക്കുന്ന ആനന്ദ്. രഞ്ജിത്തും ആന്റപ്പനും ആനന്ദിന്റെ അടുത്തേക്ക് ചെല്ലുന്നു. ആന്റപ്പൻ റേഡിയോ ഓഫ് ചെയ്യുന്നത് കണ്ട് ആനന്ദ് 'നീയെന്തിനാ അത് ഓഫ് ചെയ്തേ?'

'പിന്നല്ലാണ്ട്. നീയിവിടെ പാട്ടും കേട്ട് ഡിപ്രെഷനടിച്ച് നിന്നാ അവള് വന്ന് ഇഷ്ടാന്ന് പറയോ?'

രഞ്ജിത്ത് 'നിനക്ക് ഗുണൊള്ള കാര്യം പറയാം'. ആനന്ദ് രഞ്ജിത്തിനെ നോക്കുന്നു. 'ആ ഗൗതത്തിന്റെ ഫുൾ ഡീറ്റെയിൽസ് എടുത്തിട്ടുണ്ട്. നമുക്കവനെ നൈസായിട്ടൊന്ന് വിരട്ടി വിടാം. ചെക്കൻ ഒതുങ്ങി പൊക്കോളും.'

ആനന്ദ് കുറച്ച് നേരം ആലോചിച്ച് നിന്നതിന് ശേഷം 'ആരാ അവൻ?'

രഞ്ജിത്ത് 'കൊച്ചിയില് ഒരു ഐടി കമ്പനിയിൽ വർക്ക് ചെയ്യുവാ. ഫുൾ നെയിം ഗൗതം മേനോൻ.'

ആന്റപ്പൻ 'അതൊരു സിനിമാ ഡയറക്ടറുടെ പേരല്ലേ?'

രഞ്ജിത്ത് 'അത് ഗൗതം വാസുദേവ് മേനോൻ. ഇത് വെറും ഗൗതം മേനോൻ'

ആനന്ദ് കാര്യമായി എന്തോ ആലോചിച്ചുകൊണ്ട് നിൽക്കുന്നു.

രഞ്ജിത്ത് 'എടാ, നീയിങ്ങനെ ചിന്തിച്ച് നിന്നിട്ട് ഒരു കാര്യോല്ല. അവൻ ജോലി കഴിഞ്ഞ് വരുമ്പോ പാതിരാത്രിയാവും. കവലയിലോ റോഡിലോ ഒരു മനുഷ്യകുഞ്ഞ് പോലും കാണില്ല. നമുക്കവനെ കവലക്കടുത്തുള്ള റോഡിലിട്ട് പൂട്ടാം'

ആനന്ദ് കുറച്ച് നേരം വിജനതയിലേക്ക് നോക്കി ആലോചിച്ച് നിന്നതിന് ശേഷം രഞ്ജിത്തിനെ നോക്കി സമ്മതം മൂളുന്നു.

റോഡ് - സമയം രാത്രി 11 മണി. ആനന്ദും ആന്റപ്പനും രഞ്ജിത്തും മുഖം ടവ്വലുകൊണ്ട് മറച്ച് കൈകളിൽ പത്തലുമായി റോഡിനരുകിലെ കുറ്റിക്കാട്ടിൽ ഒളിച്ച് നിൽക്കുന്നു. ആനന്ദ് രണ്ട് പേരോടുമായി 'അപ്പൊ പറഞ്ഞതെല്ലാം ഓർമ്മയുണ്ടല്ലോ. അവൻ ബൈക്കില് വരുമ്പോ' രഞ്ജിത്തിന് നേരെ നോക്കിക്കൊണ്ട് 'നീ മുൻപിൽ ചാടണം.' ആന്റപ്പനെ നോക്കിക്കൊണ്ട് 'നീ പുറകിൽ നിക്കണം. അങ്ങനെ അവനെ മുൻപിലേക്കും പുറകിലേക്കും പോകാനനുവദിക്കാതെ ലോക്ക് ചെയ്യണം.'

ആനന്ദ് പറഞ്ഞത് ഇമാജിൻ ചെയ്തെടുത്ത് ആന്റപ്പൻ കൈകൊണ്ട് ആംഗ്യം കാണിച്ച് നോക്കുന്നു. 'മുൻപിലേക്കും ബാക്കിലേക്കും' ആനന്ദിനെ നോക്കിക്കൊണ്ട് 'അല്ലളിയാ, അപ്പൊ നീയെന്ത് ചെയ്യും?'

ആനന്ദ് 'നിങ്ങളെ രണ്ട് പേരെയും ഈ ഗെറ്റപ്പില് കാണുമ്പോ തന്നെ ആളൊന്ന് പതറും. ആ സമയത്ത് ഞാൻ ഓടിവന്ന് പുള്ളിയുടെ കഴുത്തിൽ കയറി പിടിച്ചോണ്ട് കിണ്ണം കാച്ചിയ രണ്ട് ഡയലോഗ് അങ്ങ് അടിക്കും'

രഞ്ജിത്ത് 'എന്ത് ഡയലോഗ്?'

ആനന്ദ് 'അതൊന്നും ഇപ്പൊ കിട്ടില്ല. ആ ടൈമില് താനെ കിട്ടിക്കോളും'

ആന്റപ്പൻ 'ഒരു ഡൗട്ട്'

ആനന്ദ് 'എന്തുവാടാ?'

കയ്യിലിരിക്കുന്ന പത്തല് പൊക്കി കാണിച്ച് 'ഈ പത്തലെന്തിനാ?'

ആനന്ദും തന്റെ കയ്യിലിരിക്കുന്ന പത്തലിലേക്ക് ഒന്ന് നോക്കിയശേഷം രഞ്ജിത്തിനെ നോക്കുന്നു. രഞ്ജിത്ത് 'അത് പിന്നേ... ഈ സിനിമേലൊക്കെ കണ്ടിട്ടില്ലേ, ഇങ്ങനെയുള്ള കാര്യത്തിനൊക്കെ പോകുമ്പോ കയ്യിലൊരു പത്തലൊക്കെ വേണം.

എന്നാലെ അതിനൊരു ഗുമ്മുണ്ടാകൂ'

ആനന്ദും ആന്റപ്പനും കുറച്ച് നേരം ഒന്നും മിണ്ടാതെ രഞ്ജിത്തിനെ തന്നെ നോക്കി നിൽക്കുന്നു. ചീവീടിന്റെയും പ്രാണികളുടെയും മാത്രം ശബ്ദം.

സമയം വെളുപ്പിന് 2:05. ആന്റപ്പൻ റോഡ് സൈഡിൽ കിടന്നുറങ്ങുന്നു. അതിനടുത്തിരുന്ന് ആനന്ദ് അൽപ്പം ഉറക്കക്ഷീണത്തോടെ ദൂരേക്ക് നോക്കി ഗൗതം വരുന്നുണ്ടോയെന്ന് നിരീക്ഷിക്കുന്നു. ആനന്ദിന്റെ അടുത്തിരുന്ന് പത്തല് താങ്ങായി നിർത്തി ഉറങ്ങുന്ന രഞ്ജിത്ത്.

സമയം അതിരാവിലെ 5 മണി. ആനന്ദും ആന്റപ്പനും രഞ്ജിത്തും റോഡ് സൈഡിൽ കിടന്നുറങ്ങുന്നു. ഫോണിലെ അലാറം കേട്ട് ആനന്ദ് കണ്ണ് പോലും തുറക്കാതെ കൈകൊണ്ട് പാന്റിന്റെ പോക്കറ്റിൽ തപ്പി ഫോണെടുത്ത് അലാറം ഓഫ് ചെയ്ത് എഴുന്നേറ്റിരുന്ന് നടുനിവർത്തി കോട്ടുവാ ഇട്ടുകൊണ്ട് കണ്ണുകൾ പതിയെ ചിമ്മി തുറക്കുന്നു. അപ്പോഴാണ് റോഡ് സൈഡ് ആണെന്ന കാര്യം ഒരു ഞെട്ടലോടെ അവൻ തിരിച്ചറിയുന്നത്. പെട്ടെന്ന് തന്നെ ആന്റപ്പനെയും രഞ്ജിത്തിനെയും വിളിച്ചുണർത്താൻ ശ്രമിക്കുന്നു, 'ഡാ ഡാ ഡാ... എണീറ്റെ. ആന്റപ്പാ, രഞ്ജിത്തേ... എണീറ്റേഡാ...' അവർ രണ്ട് പേരും പതിയെ കണ്ണുകൾ തുറന്ന് എണീറ്റിരിക്കുന്നു. അൽപ്പം ഞെട്ടലോടെ രഞ്ജിത്ത് 'നമ്മളെന്താ ഇവിടെ?'

ആനന്ദ് 'അപ്പൊ നിനക്ക് ഇന്നലത്തെ കാര്യമൊന്നും ഓർമ്മയില്ലേ?'

'ങാ... മറ്റേ ഗൗതത്തിന്റെ കാര്യം'

അവർ രണ്ട് പേരും എഴുന്നേറ്റു. ആനന്ദ് 'ആരെങ്കിലും കണ്ടോ ആവോ?'

'ഇനിയിപ്പോ ആരെങ്കിലും കണ്ടെങ്കി തന്നെ രാവിലെ ജോഗ്ഗിങ്ങിന് ഇറങ്ങിയപ്പോ റെസ്റ്റ് എടുക്കാൻ വേണ്ടി കിടന്നതാണെന്ന് പറഞ്ഞാ മതി'

'റെസ്റ്റെടുക്കാൻ വേണ്ടി റോഡ് സൈഡിൽ കിടന്നൂന്ന്. അതും ഈ ഡ്രസ്സ് ഇട്ടോണ്ട്. നീയൊന്ന് പോയേടാ.' ആനന്ദ് തല ചൊറിഞ്ഞുകൊണ്ട് മുന്നോട്ട് നടക്കുന്നു. പുറകെ രഞ്ജിത്തും. കുറച്ച് നടന്ന് കഴിയുമ്പോ എന്തോ ആലോചിച്ചുകൊണ്ട്

ആനന്ദ് നിൽക്കുന്നു. രഞ്ജിത്ത് 'എന്താടാ?'

'നമ്മള് എന്തേലും മറന്നോ?'

കുറച്ച് നേരം പരസ്പരം നോക്കി നിന്ന ശേഷം എന്തോ ഓർമ്മ കിട്ടിയപോലെ അവർ രണ്ട് പേരും ഒരുമിച്ച് തിരിഞ്ഞ് നോക്കുമ്പോൾ റോഡ് സൈഡിൽ തന്നെ ആന്റപ്പൻ ഉറക്കം തൂങ്ങിയിരിക്കുന്നതാണ് കണ്ടത്. രഞ്ജിത്ത് ഒച്ചയിൽ 'ഡാ ആന്റപ്പാ'. ആന്റപ്പൻ മൈൻഡ് ചെയ്യുന്നില്ല. 'ഡാ പൊട്ടാ' ആന്റപ്പൻ രഞ്ജിത്തിനെ പതിയെ തല പൊക്കി നോക്കുന്നു. രഞ്ജിത്ത് 'വരണുണ്ടോ?'

അവൻ പതിയെ എഴുന്നേൽക്കുന്നു. ഒരു R X 100-ന്റെ ശബ്ദം ദൂരെ നിന്ന് ചെറുതായി കേൾക്കാം. ആനന്ദും രഞ്ജിത്തും തിരിഞ്ഞ് നടക്കുന്നു. ആന്റപ്പൻ എഴുന്നേറ്റ് നിൽക്കുമ്പോഴാണ് നിലത്ത് കിടക്കുന്ന പത്തല് ശ്രദ്ധിക്കുന്നത്. അവനത് കുനിഞ്ഞെടുത്ത് കൊണ്ട്, 'ഇനി ഇതിവിടെ കിടന്നിട്ടെന്താ കാര്യം?'

ആന്റപ്പൻ തിരഞ്ഞ് നോക്കാതെ രജനികാന്ത് സ്റ്റൈലിൽ പത്തൽ പുറകിലേക്കെറിഞ്ഞ് കളയുന്നു. പെട്ടെന്ന് ഒരു ബൈക്ക് ആക്സിഡന്റ് ആകുന്ന ശബ്ദം കേൾക്കുന്നു. ശബ്ദം കേട്ട് ആനന്ദും ആന്റപ്പനും രഞ്ജിത്തും പുറകിലേക്ക് തിരിഞ്ഞ് നോക്കുന്നതും കുറച്ച് അകലെയായി ഒരു ബൈക്ക് മറിഞ്ഞ് തൊട്ടടുത്ത് ഹെൽമറ്റ് വെച്ച ഒരാളും കിടക്കുന്നത് കാണുന്നു. രഞ്ജിത്തും ആനന്ദും ആന്റപ്പന്റെ അടുത്ത് വന്ന് ആക്സിഡന്റ് നടന്ന സ്ഥലത്തേക്ക് കുറച്ചുകൂടെ ശ്രദ്ധയോടെ നോക്കുന്നു. ആന്റപ്പൻ രണ്ട് പേരോടുമായി 'ഞാൻ അറിഞ്ഞോണ്ടല്ലാ... ഉന്നം പാളിയതാ'

രഞ്ജിത്ത് സൂക്ഷിച്ച് നോക്കുമ്പോൾ അത് ഗൗതത്തിന്റെ ബൈക്ക് ആണെന്ന് മനസ്സിലാകുന്നു. രഞ്ജിത്ത് 'ഉന്നം പാളിയില്ല'

ആനന്ദും ആന്റപ്പനും രഞ്ജിത്തിനെ നോക്കുന്നു. രഞ്ജിത്ത് 'അത് ഗൗതത്തിന്റെ ബൈക്കാ'

ആനന്ദ് 'എന്നാ പിന്നെ ഇവിടെ നിക്കണ്ടാ, ആരേലും വരുന്നതിന് മുൻപ് പോവാം.'

അവർ മൂന്ന് പേരും ചുറ്റുപാടും ആരെങ്കിലുമുണ്ടോ എന്ന് നോക്കി പതിയെ നടന്ന് സ്കൂട്ടാകുന്നു.

ഇരുപത്തിരണ്ട്

കോളേജ് - ആനന്ദും രഞ്ജിത്തും ആന്റപ്പനും പാർക്കിങ്ങിൽ അവരുടെ ബൈക്കിനടുത്ത് നിൽക്കുന്നു. രഞ്ജിത്ത് എന്തോ കാര്യമായി ആലോചിച്ച് നിൽക്കുന്നത് കണ്ട ആനന്ദ്, 'നീയെന്താ ആലോചിക്കുന്നെ?'

'ഇനിയെങ്ങാനും അവൻ തട്ടിപോയി കാണോ?'

ആന്റപ്പൻ പേടിയോടെ രഞ്ജിത്തിനെ നോക്കുന്നു.

രഞ്ജിത്ത് 'പറയാൻ പറ്റില്ല, ഇവന്റെ ഏറല്ലേ.'

'കരിനാക്ക് വളച്ചൊന്നും പറയല്ലേടാ പട്ടീ...'

രഞ്ജിത്ത് ആന്റപ്പന്റെ തോളിൽ കൈ വെച്ചുകൊണ്ട്, 'എന്തൊക്കെ എങ്ങനൊക്കെ നടക്കൂന്ന് പറയാനൊന്നും പറ്റില്ല. അത്രക്ക് നല്ല സമയാ നിന്റെ'

ആന്റപ്പൻ പേടിയോടെ തന്നെ ആനന്ദിനെ നോക്കുന്നു. 'ആനന്ദേ...'

'ഏയ് അവൻ ചുമ്മാ പറയുന്നതാടാ. തട്ടിപോവൊന്നൂല്ല. ചിലപ്പോ കയ്യോ കാലോ ഒന്നൊടിയും. എന്നാലും കൊല്ലാൻ നോക്കിയ കുറ്റത്തിന് അകത്ത് കിടക്കേണ്ടി വരും.'

ആന്റപ്പൻ തോളത്ത് നിന്ന് രഞ്ജിത്തിന്റെ കൈ തട്ടി മാറ്റിക്കൊണ്ട്, 'പോടാ പട്ടികളെ, അല്ലെങ്കിലും നിന്നെയൊക്കെ സഹായിക്കാൻ പോയ എനിക്കീ ഗതി തന്നെ വരണം'

ആനന്ദും രഞ്ജിത്തും പരസ്പരം നോക്കി ചിരിക്കുന്നു.

'ചിരിയ്ക്കടാ ചിരിക്ക്... ഈ കാലത്ത് ഒരുത്തനേം സഹായിക്കാൻ കൊള്ളില്ലല്ലോ' ഇതും പറഞ്ഞ് ആന്റപ്പൻ അവിടെ നിന്ന് പിണങ്ങി പോകുന്നു. ആന്റപ്പൻ പോകുന്നതും നോക്കി ആനന്ദ്,

'ഡാ ആന്റപ്പാ... പോവല്ലേ...'

ആന്റപ്പൻ തിരിഞ്ഞ് നോക്കാതെ നടന്ന് പോകുന്നു.

രഞ്ജിത്ത് 'ഇവനൊരു മാറ്റോം ഇല്ലല്ലോ'

അവർ ആന്റപ്പൻ പോകുന്നതും നോക്കി നിൽക്കുന്നു. അപ്പോഴാണ് ആൽഫി ആനന്ദിന്റെ അടുത്തേക്ക് വരുന്നത്. 'ചേട്ടാ...'

ആനന്ദും രഞ്ജിത്തും ആൽഫിയെ നോക്കുന്നു. ആനന്ദിന്റെ മുഖഭാവം മാറുന്നു. അവൻ അൽപ്പം ഗൗരവത്തോടെ നിൽക്കുന്നു.

ആൽഫി 'എനിക്കിന്നലെ എന്തോ റിഗ്രറ്റ് അടിച്ചു. ഒരു തെറ്റ് ചെയ്യുന്നത് പോലെ'

ആനന്ദ് സംശയത്തോടെ ആൽഫിയെ നോക്കുന്നു.

'നമ്മൾ ഇഷ്ടപ്പെടുന്നയാള് വേറാരുടെയോ ആണെന്ന് അറിയുമ്പോഴുള്ള വിഷമം എനിക്ക് നന്നായിട്ട് അറിയാവുന്നതാ. ഇന്നലെ ചേട്ടന് നല്ല വിഷമമായെന്ന് മനസ്സിലായി. അതുകൊണ്ടാ ഞാനിത് പറയാന്ന് കരുതിയെ. ഗൗതം നിങ്ങള് വിചാരിക്കുന്നത് പോലെ അനുപമയുടെ ലൗവറല്ല.'

ആനന്ദും രഞ്ജിത്തും ഷോക്കേറ്റതുപോലെ നിൽക്കുന്നു.

'അവളുടെ കസിൻ ബ്രദറാ. ആൾടെ കല്യാണം ഓൾറെഡി കഴിഞ്ഞ് ഒരു കുട്ടിയുമുണ്ട്.'

ആനന്ദ് ദേഷ്യത്തോടെ രഞ്ജിത്തിനെ നോക്കുന്നു.

'നീയെന്തിനാ ഇങ്ങനെ നോക്കുന്നെ? ഞാൻ പുള്ളിയുടെ ഡീറ്റെൽസ് മാത്രേ നോക്കിയുള്ളൂ. ബാക്ക്ഗ്രൗണ്ട് നോക്കിയില്ല.'

ആൽഫി 'ഒരു കാര്യം കൂടി'

ആനന്ദ് ആൽഫിയെ നോക്കുന്നു.

'ഇന്ന് രാവിലെ ഗൗതത്തിനൊരു ആക്സിഡന്റ് പറ്റി . അപ്പൊ അനുപമ ഹോസ്പിറ്റൽ വരെ പോയേക്കുവാ. അവൾ വരുമ്പോ നിങ്ങളൊക്കെ ഇത് അറിഞ്ഞൂന്ന് അവൾ അറിയരുത്. പ്ലീസ്...'

ആനന്ദ് 'ഏത് ഹോസ്പിറ്റലിലാ?'

ഹോസ്പിറ്റൽ, വരാന്ത. ആനന്ദും രഞ്ജിത്തും ഓരോ മുറികളുടെ വാതിലിലും ഗൗതത്തിന്റെ പേരെഴുതിയ കാർഡ് ഉണ്ടോ എന്ന് നോക്കി നടക്കുന്നു. രഞ്ജിത്ത് ഒരു മുറിയുടെ വാതിലിന്

മുന്നിൽ ഒട്ടിച്ച് വെച്ചിരിക്കുന്ന കാർഡിലേക്ക് നോക്കി, 'ഗൗതം മേനോൻ. ഡാ... കിട്ടി.' ആനന്ദ് രഞ്ജിത്തിന്റെ അടുത്തേക്ക് ചെല്ലുന്നു.

മുറി. കയ്യിലും കാലിലും പ്ലാസ്റ്ററിട്ട് ബെഡിൽ കിടക്കുന്ന ഗൗതം. തൊട്ടടുത്ത് ഒരു കൈ കുഞ്ഞുമായി നിൽക്കുന്ന ഗൗതത്തിന്റെ ഭാര്യ നിവേദ്യ. അനുപമ ടേബിളിനടുത്ത് നിന്ന് ഒരു ഫ്ലാസ്കിലെ ചായ ഗ്ലാസ്സിലേക്ക് പകർത്തിക്കൊണ്ടിരിക്കുകയാണ്. ബെഡിൽ കിടക്കുന്ന ഗൗതത്തിനോട് നിവേദ്യ,

'ബൈക്കോടിക്കുമ്പോ സൂക്ഷിക്കണോന്ന് ഞാനൊരു നൂറ് പ്രാവശ്യം പറഞ്ഞിട്ടുള്ളതാ.'

ആനന്ദും രഞ്ജിത്തും ഡോർ തുറന്ന് അകത്തേയ്ക്ക് കയറുന്നു.

'എന്റെ കുഴപ്പമല്ല. ആരോ മനഃപൂർവ്വം ചെയ്തതാ.'

ഇത് കേട്ടതും ആനന്ദും രഞ്ജിത്തും ഒന്ന് പതറുന്നു. ഇരുവരെയും കണ്ടതും അനുപമ, 'നിങ്ങളെന്താ ഇവിടെ?'

ആനന്ദ് 'ഞങ്ങള് ഗൗതത്തിനെ കാണാൻ വന്നതാ'. ഗൗതത്തിന് നേരെ നോക്കിക്കൊണ്ട് ഒന്നും അറിയാത്ത പോലെ, 'ഇതെന്ത് പറ്റിയതാ?'

ഗൗതം, 'സോറി... എനിക്കങ്ങ് മനസ്സിലായില്ല.'

'ഞങ്ങള് അനുപമയുടെ കോളേജിൽ പഠിക്കുന്നതാ. ആനന്ദ്.' രഞ്ജിത്തിനെ ചൂണ്ടി കാണിച്ച്. 'ഇത് രഞ്ജിത്ത്'

ആനന്ദിന്റെ പേര് കേട്ടതും നിവേദ്യ സംശയത്തോടെ അനുപമയെ നോക്കുന്നു. അനുപമ അതേ എന്ന രീതിയിൽ തലയാട്ടുന്നു.

ഗൗതം 'ഒന്നും പറയണ്ടാ, രാവിലെ ഡ്യൂട്ടി കഴിഞ്ഞ് വരുന്ന വഴി എന്തോ വന്ന് തലക്കടിച്ചു. ബൈക്കൊന്ന് പാളി.'

നിവേദ്യ ആനന്ദിനെ നോക്കി അർത്ഥംവെച്ച രീതിയിൽ, 'ഇതാരോ മനഃപൂർവം ചെയ്തതാണെന്നാ എനിക്ക് തോന്നുന്നേ'

രഞ്ജിത്ത് ഗൗതത്തിനോട് 'ആരെയെങ്കിലും സംശയമുണ്ടോ?'

'ഇങ്ങനെ ചെയ്യാൻ മാത്രം ശത്രുക്കളൊന്നും എനിക്കില്ല. പിന്നെ എന്ത് പറ്റിയെന്ന് ചോദിച്ചാ... അതും അറിയില്ല.'

ആനന്ദിന്റെ ശ്രദ്ധ മുഴുവൻ നിവേദ്യയുടെ കയ്യിലിരിക്കുന്ന കുഞ്ഞിലേക്കായിരുന്നു.

അനുപമ പരിഹാസത്തോടെ 'നിങ്ങളെന്തിനാ ഇതൊക്കെ ചോദിക്കുന്നെ? ഇനി അന്വേഷിച്ച് കണ്ടെത്താൻ വല്ല പ്ലാനുമുണ്ടോ?'

ആനന്ദ് അനുപമ പറയുന്നതൊന്നും ശ്രദ്ധിക്കാതെ നിവേദ്യയുടെ അടുത്തേക്ക് ചെന്ന് കുഞ്ഞിനെ നോക്കിക്കൊണ്ട്, 'എന്താ ഇവന്റെ പേര്?'

നിവേദ്യ, 'സാരംഗ്'

ആനന്ദ് കഴുത്തിൽ കിടന്ന സ്വർണമാല ഊരി കുഞ്ഞിന്റെ കഴുത്തിൽ ഇടീക്കുന്നു. നിവേദ്യ ചെറിയ ഞെട്ടലോടെ, 'ഏയ് ഇതൊന്നും വേണ്ട'

'അത് സാരമില്ല. കുഞ്ഞുങ്ങളായ കഴുത്തിലൊരു മാല വേണം. അതാ അതിന്റെയൊരു ഭംഗി.' ഗൗതത്തിനോട് 'എന്നാ ഞങ്ങളങ്ങ് ഇറങ്ങിയേക്കുവാ.'

ആനന്ദ് തിരിഞ്ഞ് നടക്കുന്നു. പുറത്തേക്കിറങ്ങുന്നതിനിടയിൽ അനുപമയെ നോക്കി തലകൊണ്ട് ഒന്ന് പുറത്തേക്ക് വരാമോ എന്ന് ആംഗ്യത്തോടെ ചോദിക്കുന്നു.

മുറിയുടെ പുറത്തിറങ്ങിയ ഉടനെ ആനന്ദ്, 'എന്നാ നീ പൊക്കോ. ഞാൻ വന്നേക്കാം'. രഞ്ജിത്ത് എന്തോ മനസ്സിലായ പോലെ അവിടെ നിന്ന് നടന്ന് പോകുന്നു. കുറച്ച് കഴിഞ്ഞ് അനുപമ മുറിയുടെ പുറത്തിറങ്ങി വാതിൽ അടച്ച് ആനന്ദിന്റെ നേരെ നോക്കി, 'എന്താ ഉദ്ദേശ്യം? കൊച്ചിന് സ്വർണമാല ഇട്ട് കൊടുത്താ ഞാനങ്ങ് വീഴൂന്ന് കരുതിയോ?'

'ഞാനിനി പറയാൻ പോകുന്ന കാര്യം കേട്ടിട്ട് നീയെങ്ങനെ റിയാക്റ്റ് ചെയ്യുമെന്ന് എനിക്കറിയില്ല. പക്ഷെ, പറയാതിരുന്നാ ശെരിയാകില്ലാന്ന് തോന്നി.'

അവൾ സംശയത്തോടെ, 'എന്ത് കാര്യം?'

'ഗൗതത്തിന്റെ ഈ അവസ്ഥക്ക് കാരണക്കാരൻ ഞാനാ. അറിഞ്ഞോണ്ടല്ലെങ്കിലും... ഇങ്ങനെയൊക്കെ ആകുന്ന് കരുതിയതല്ല. പറ്റിപോയതാ. എനിക്കറിയാം ഞാൻ...'

ഇത് കേട്ടതും ആനന്ദിനെ മുഴുവൻ പറയാൻ അനുവദിക്കാതെ അനുപമ ദേഷ്യത്തിൽ അവന്റെ കവിളിൽ ആഞ്ഞടിക്കുന്നു. അടികൊണ്ട ആനന്ദ് ഒരു തരിപ്പോടെ എന്താ സംഭവിച്ചതെന്ന് വ്യക്തമാകാതെ സൈഡിലേക്ക് നോക്കി അനങ്ങാതെ

നിൽക്കുന്നു. അനുപമ ദേഷ്യത്തോടെ മുറിയിൽ കയറി കതക് വലിച്ചടച്ചു. ആനന്ദ് പതിയെ തല തിരിച്ച് മുറിയുടെ കതകിലേക്ക് നോക്കി നിൽക്കുന്നു. അനുപമ മുറിയുടെ വാതിൽ പാതി തുറന്ന് സ്വർണ്ണമാല പുറത്തേക്ക് വലിച്ചെറിഞ്ഞ് വീണ്ടും കത കടക്കുന്നു. അവൻ ആ സ്വർണ്ണ മാലയിലേക്ക് തന്നെ നോക്കി നിൽക്കുന്നു. മുറിയുടെ അകത്ത് നിന്ന് കുഞ്ഞിന്റെ കരച്ചിൽ. ആനന്ദ് ഒരു നെടുവീർപ്പോടെ കുനിഞ്ഞ് മാലയെടുത്ത് നിവർന്ന് നിന്ന് ആ മാലയിലേക്ക് തന്നെ കുറച്ച് നേരം നോക്കി നിന്നശേഷം മാല കയ്യിൽ ഒതുക്കി പിടിച്ച് മുഖഭാവം മാറാതെ സങ്കടത്തോടെ തന്നെ ഹോസ്പിറ്റൽ വരാന്തയിലൂടെ നടന്ന് പോകുന്നു.

ഇരുപത്തിമൂന്ന്

വാടക വീട്. രാത്രി - ആനന്ദും രഞ്ജിത്തും ആന്റപ്പനും വീടിന്റെ ടെറസിൽ വട്ടംകൂടി ഇരിക്കുന്നു. അവരുടെ നടുക്കായി പാതി തീർന്ന മൂന്ന് ബിയർ ബോട്ടിൽ വെച്ചിട്ടുണ്ട്. ആനന്ദ് വളരെ വിഷമത്തോടെയാണ് ഇരിക്കുന്നത്.

ആന്റപ്പൻ 'എന്നാലും അവള് ചെയ്തത് വളരെ മോശായി പോയി.' ആനന്ദും രഞ്ജിത്തും ആന്റപ്പന്റെ നേരെ നോക്കുന്നു. 'അടിക്കണ്ടാർന്ന്'

രഞ്ജിത്ത് 'ശെരിയാ, മോശായിപ്പോയി.' ആനന്ദിന്റെ നേരെ നോക്കിക്കൊണ്ട് 'ശെരിക്കും മോശായിപ്പോയി.'

ആനന്ദ് ദേഷ്യത്തോടെ രഞ്ജിത്തിനെ നോക്കുന്നു.

'നീയെന്നെ ഇങ്ങനെ നോക്കൊന്നും വേണ്ട, നിന്റെ സ്ഥാനത്ത് ഞാനായിരുന്നെങ്കി അവൾടെ പല്ല് താഴെ കിടന്നേനെ'

ആനന്ദ് മറുപടി കൊടുക്കാതെ ബിയർ ബോട്ടിൽ എടുത്ത് കുടിക്കാൻ തുടങ്ങുന്നു.

ആന്റപ്പൻ 'എടാ, അല്ലെങ്കിലും ഈ ആത്മാർത്ഥമായിട്ട് സ്നേഹിക്കണ ആൺപിള്ളേരെ പെൺപിള്ളേർക്ക് തിരിച്ചറിയാൻ പറ്റില്ല. അവരെപ്പോഴും ഈ പണത്തിന്റേയും സൗന്ദര്യത്തിന്റെയും പുറകെയായിരിക്കും.'

ആനന്ദ് 'നീ അങ്ങനെ പറയരുത്. പണവും സൗന്ദര്യവും നോക്കാതെ മനസ് നോക്കി പ്രേമിക്കണ പെൺപിള്ളേരുമുണ്ട്.'

ആന്റപ്പൻ 'അത് ശെരിയായിരിക്കും. പക്ഷെ, എന്റെ ചേട്ടായീടെ കാര്യത്തിൽ അങ്ങനെ അല്ലായിരുന്നല്ലോ'

രഞ്ജിത്ത് സംശയത്തോടെ ആന്റപ്പനെ നോക്കിക്കൊണ്ട്,

'നിനക്ക് ചേട്ടനോ! അതേത് വകയില്?'

'ചേട്ടായീന്ന് പറഞ്ഞാ കസിൻ. പുള്ളിയും ഒരു ചേച്ചിയും തമ്മില് ഭയങ്കര പ്രേമത്തിലാർന്ന്. പ്രേമമെന്ന് പറഞ്ഞാ നമ്മുടെ ടൈറ്റാനിക്കിലെ റോസിനേം ജാക്കിനേം കടത്തിവെട്ടുന്ന രീതിയിലുള്ള ആത്മാർത്ഥ പ്രേമം.'

രഞ്ജിത്ത് ആന്റപ്പനെ തന്നെ ശ്രദ്ധയോടെ നോക്കിയിരിക്കുന്നു. ആനന്ദ് ഇതൊന്നും ശ്രദ്ധിക്കാതെ വിജനതയിലേക്ക് നോക്കി ഇരുന്ന് ബിയർ കുടിക്കുന്നു.

'ഒരു ദിവസം ചേച്ചി ചേട്ടായിയോട് ഒരു കാര്യം ചോദിച്ചു. "എടാ, എന്നെങ്കിലും എനിക്ക് ആക്സിഡന്റ് പറ്റി കാല് രണ്ടും തളർന്ന് പോയാ നീ എന്നെ നോക്കുവോന്ന്."

രഞ്ജിത്ത് അൽപ്പം ആകാംഷയോടെ, 'എന്നിട്ട് ചേട്ടായി എന്ത് പറഞ്ഞു?'

'ചേട്ടായിക്ക് പറഞ്ഞല്ല, ചെയ്താ ശീലം. ഓൺ ദി സ്പോട്ട് അവിടെ കിടന്ന പത്തലെടുത്ത് ചേച്ചീടെ രണ്ട് കാലും തല്ലിയൊടിച്ച് വീൽ ചെയറിലാക്കി. ചേട്ടായി അത് ചെയ്തത്, ആത്മാർത്ഥമായിട്ട് ചേച്ചിയെ നോക്കാൻ വേണ്ടി തന്നെയാ. പക്ഷെ, അതിന് മുൻപ് ചേച്ചിയും ചേച്ചീടെ വീട്ടുകാരും ചേർന്ന് ചേട്ടായിക്കെതിരെ കേസ് കൊടുത്തു. വധശ്രമം. പുള്ളി ഇപ്പൊ സുഖായിട്ട് മൂന്ന് നേരം മൂക്ക് മുട്ടെ തിന്ന് സെൻട്രൽ ജയിലിൽ കിടക്കണ്ട്. അല്ലേലും ആ ചേച്ചിയൊന്നും ചേട്ടായിയെ അർഹിക്കുന്നില്ല.'

രഞ്ജിത്ത് പുച്ഛത്തോടെ, 'നല്ല ബെസ്റ്റ് ഫാമിലി.'

ആനന്ദ് വിജനതയിലേക്ക് നോക്കിയിരുന്ന് പതിയെ പുഞ്ചിരിക്കുന്നു. ഇത് കണ്ട ആന്റപ്പൻ 'ദേടാ, വിരഹ കാമുകൻ ചിരിക്കുന്നു.'

ആനന്ദ് തിരിഞ്ഞ് ആന്റപ്പനെ നോക്കിക്കൊണ്ട്, 'അതെന്താടാ എനിക്ക് ചിരിക്കാൻ പാടില്ലേ?'

'കുറച്ച് നേരം മുൻപ് ആ പെണ്ണിനേം ഓർത്തോണ്ട് മുഖം ഒറ്റ കൊട്ടയാക്കി ഇരിക്കുവാർന്നല്ലോ.'

'പിന്നേ, ഒരു പെണ്ണിനേം ഓർത്ത് വിഷമിച്ചിരിക്കാൻ എനിക്ക് വട്ടല്ലേ. പോവാൻ പറ.'

രഞ്ജിത്ത് ചെറിയ അത്ഭുതത്തോടെ, 'ഇതെന്താ ഇപ്പൊ ഇങ്ങനെ തോന്നാൻ?'

ആനന്ദ് 'എന്നെ വേണ്ടാത്തവരെ ഓർത്ത് വിഷമിച്ചിരുന്നിട്ട് എന്താ കാര്യം? എന്നെങ്കിലും ഒരിക്കെ ഒരാള് എന്നെ തേടി വരും. അതുകൊണ്ട് എന്നെ വേണ്ടാത്തവരെ എനിക്കും വേണ്ട.'

ആന്റപ്പനും രഞ്ജിത്തും ആനന്ദിന്റെ പെട്ടെന്നുള്ള മാറ്റത്തെ ഒരു അത്ഭുതത്തോടെ നോക്കി ഇരുന്നുപോയി. ആനന്ദ് എഴുന്നേറ്റ് കൊണ്ട്,

'നാളെ മുതല് ഈ അലമ്പും പരിപാടിയൊക്കെ മാറ്റിവെച്ച് നന്നായിട്ട് പഠിക്കണം. ഇന്നത്തെ കാലത്ത് പഠിച്ചാലേ കാര്യൊള്ളു. Education is the tool for everything. Okay okay.'

ഇതും പറഞ്ഞ് മുണ്ടും മടക്കികുത്തി അവൻ അവിടെ നിന്ന് ഓരോന്ന് വിളിച്ച് പറഞ്ഞ് കൊണ്ട് പോകുന്നു. ആനന്ദ് പോകുന്നതും നോക്കി ഒന്നും മനസ്സിലാവാത്തത് പോലെ ഇരിക്കുന്ന രഞ്ജിത്തും ആന്റപ്പനും.

രഞ്ജിത്ത് 'ഇവനിത് എന്ത് പറ്റി. ഒരു പെണ്ണ് ഇഷ്ടല്ലാന്ന് പറഞ്ഞാ ബോധം വെക്കോ!'

അവർ പരസ്പരം ഒന്നും മനസ്സിലാവാത്തത് പോലെ നോക്കുന്നു. ആകാശത്ത് ഇടി മുഴങ്ങുന്ന ശബ്ദം.

രാവിലെ. രഞ്ജിത്ത് ബാത്ത്റൂമിൽ നിന്ന് ഇറങ്ങി വരുമ്പോൾ ഹാളിൽ കിടന്നുറങ്ങുന്ന ആനന്ദിനെ കാണുന്നു. അവൻ ഭിത്തിയിൽ തൂക്കിയിട്ടിരിക്കുന്ന ക്ലോക്കിലേക്ക് നോക്കുമ്പോൾ സമയം 9:10. രഞ്ജിത്ത് സ്വയം 'ഇവനിത് എന്ത് ഭാവിച്ചാ?' രഞ്ജിത്ത് ആനന്ദിന്റെ അടുത്ത് ചെന്ന് അവനെ വിളിച്ചുണർത്തുന്നു.

'ഡാ ആനന്ദേ, എണീക്കടാ. ഡാ...'

അവൻ പതിയെ കണ്ണ് ചിമ്മി തുറക്കുന്നു.

'സമയം ഒൻപത് മണി കഴിഞ്ഞു. കോളേജിൽ പോണ്ടേ?'

ആനന്ദ് ചെറിയ ഞെട്ടലോടെ, 'ഒൻപതോ?!'

അവൻ പെട്ടെന്ന് എഴുന്നേറ്റ് ഞെട്ടലോടെ ഹാളിന് ചുറ്റും കണ്ണോടിച്ചുകൊണ്ട്, 'ഞാനെന്താ ഇവിടെ? ഇന്നലെ റൂമിലാലോ കിടന്നെ!'

'റൂമിലോ? ഇന്നലെ നൈറ്റ് രണ്ട് കുപ്പി ബിയറും അടിച്ച് തീർത്ത് ഈ ഹാളിൽ കിടന്നുറങ്ങിയത് നീ മറന്നോ?'

ആനന്ദ് മനസ്സിലാകാത്തത് പോലെ ഇടത്തേ കൈകൊണ്ട്

തല ചൊറിഞ്ഞ്, 'അല്ലടാ, ഇന്നലെ അവള് തല്ലിയതിന്റെ വിഷമത്തില് നമ്മളെല്ലാവരും ടെറസിന്റെ മുകളിലിരുന്ന് ബിയറ് കുടിച്ചു. ഓരോ കുപ്പി.'

രഞ്ജിത്ത് ദേഷ്യത്തോടെ, 'ഡാ കോപ്പേ. എന്നെ കൊണ്ടൊന്നും പറയിപ്പിക്കരുത്. ഇന്നലെ അവള് നിന്നെ അടിച്ചെന്നുള്ളത് ശെരിയാ. ആ വിഷമത്തില് ഈ ഹാളിലിരുന്ന് രാത്രി ആകപ്പാടെയുണ്ടായിരുന്ന രണ്ട് കുപ്പി ബിയറ് നീ ഒറ്റയ്ക്ക് അടിച്ച് തീർത്തിട്ടിപ്പോ ഞങ്ങള് കുടിച്ചൂന്നല്ലേ... ങെ.' പറയുന്നതിനിടയിൽ അടുക്കളയിൽ നിന്ന് എന്തോ കരിയുന്ന മണം രഞ്ജിത്തിന് കിട്ടുന്നു. അവൻ സംസാരിക്കുന്നത് നിർത്തിയിട്ട് മണം എന്തിന്റെയാണെന്ന് ശ്രദ്ധിച്ച് പെട്ടെന്ന് മനസ്സിലായപോലെ, 'ദൈവമേ... ആകപ്പാടെ ഇണ്ടാർന്ന മൂന്ന് മുട്ടയും അവൻ കരിച്ചോ? ഇവനെയിന്ന് ഞാൻ...' രഞ്ജിത്ത് ദേഷ്യത്തോടെ അടുക്കളയിലേക്ക് പോകുന്നു. ആനന്ദ് എന്തോ ആലോചിച്ചുകൊണ്ട് സ്വയം 'അപ്പൊ അത് സ്വപ്നമായിരുന്നോ!'

രഞ്ജിത്ത് 'ആന്റപ്പാ...'

ആനന്ദ് പെട്ടെന്ന് അടുക്കളയിലേക്ക് നോക്കുന്നു. അടുക്കളയിൽ നിന്ന് നിസ്സഹായാവസ്ഥയോടെ ആന്റപ്പൻ 'ബ്രെഡ് മാത്രം തിന്നാ കുഴപ്പോണ്ടോ?'

രഞ്ജിത്ത് ദേഷ്യത്തോടെ, 'തെണ്ടീ...'

അടുക്കളയിൽ നിന്ന് പാത്രങ്ങൾ നിലത്ത് വീഴുന്ന ശബ്ദവും രഞ്ജിത്തും ആന്റപ്പനും തല്ലുണ്ടാക്കുന്ന ശബ്ദവും കേൾക്കുന്നു. ആനന്ദ് അവിടേക്ക് ചെല്ലാതെ നൈസായി തിരിഞ്ഞ് മുറിയിലേക്ക് പോകുന്നു.

ഇരുപത്തിനാല്

കോളേജ് കെട്ടിടത്തിന് മുന്നിൽ വിദ്യാർഥികൾ കൂട്ടം കൂടി നിൽക്കുന്നു. വിദ്യാർഥികളുടെ കൂട്ടത്തെ ശ്രദ്ധിച്ചുകൊണ്ട് ആനന്ദും രഞ്ജിത്തും ബൈക്ക് പാർക്കിങ്ങിൽ നിർത്തുന്നു. ആനന്ദ് ആൾക്കൂട്ടത്തെ നോക്കിക്കൊണ്ട്, 'എന്തോ പ്രശ്നമുണ്ടല്ലോ?'

രഞ്ജിത്ത് 'നമുക്കൊന്ന് നോക്കീട്ട് വരാം.'

ആനന്ദും രഞ്ജിത്തും ആന്റപ്പനും വിദ്യാർഥികളുടെ അടുത്തേക്ക് നടന്ന് ചെല്ലുമ്പോൾ അവിടെ കൂടി നിൽക്കുന്നവർ സംസാരിക്കുന്നത് കേൾക്കുന്നു.

വിദ്യാർത്ഥി 1: 'ശെരിക്കും എന്താ സംഭവിച്ചേ?'

വിദ്യാർത്ഥി 2: 'മുകളിലത്തെ നിലയിൽ നിന്ന് കാല് തെറ്റി നിലത്ത് വീണതാ.'

വിദ്യാർത്ഥികളുടെ ഇടയിലൂടെ മുന്നോട്ട് നടക്കുമ്പോൾ നിലത്ത് ചോരയൊലിച്ച് കിടക്കുന്ന ആളെ കണ്ടതും ഞെട്ടലോടെ ആനന്ദ് 'ഷഫീഖ്..!' ഷഫീഖിന് ചുറ്റും സാറുമാരും ടീച്ചേഴ്സും നിൽക്കുന്നുണ്ട്. ആനന്ദ് ഉടനെ തന്നെ വിദ്യാർത്ഥികളെ തട്ടിമാറ്റി ഷഫീഖിന്റെ അടുത്ത് ചെന്നിരുന്ന് ചുറ്റും നോക്കിക്കൊണ്ട്, 'എന്താ എല്ലാരും നോക്കി നിക്കുന്നെ? ആംബുലൻസ് വിളിക്ക്' അജിത്ത് സർ അപ്പോഴേക്കും തന്റെ കാർ റിവേഴ്സ് എടുത്തുകൊണ്ട് അവിടേക്ക് എത്തിയിരുന്നു. ഉടനെ തന്നെ ആനന്ദും മാർട്ടിൻ എന്ന വിദ്യാർത്ഥിയും ചേർന്ന് ഷെഫീഖിനെ കാറിന്റെ ബാക്ക് സീറ്റിലേക്ക് കയറ്റുന്നു. അജിത്ത് സർ സമയം ഒട്ടും പാഴാക്കാതെ കാർ മുന്നോട്ട് എടുക്കുന്നു. കാറിന്റെ ഫ്രണ്ട് സീറ്റിൽ അജിത്ത് സാറും രഞ്ജിത്തുമാണ് ഇരിക്കുന്നത്. പുറകിൽ മാർട്ടിന്റെ അടുത്തായി ഷഫീഖിന്റെ കൈ പിടിച്ച് ടെൻഷനോടെ ഇരിക്കുന്ന ആനന്ദ്.

കോളേജ് കെട്ടിടത്തിന്റെ മുകളിൽ കാലിയായി കിടക്കുന്ന മദ്യകുപ്പികൾക്കടുത്ത് സംഭവിച്ചതൊന്നും അറിയാതെ ബോധം കെട്ടുറങ്ങുന്ന നാലഞ്ച് വിദ്യാർഥികളും സെക്യൂരിറ്റിയും.

വീതികുറഞ്ഞ റോഡ്. രണ്ട് ലൈറ്റുമിട്ട് പരമാവധി വേഗത്തിലാണ് കാർ പോകുന്നത്. കാറിനെ ഓവർ ടേക്ക് ചെയ്ത് മുന്നിൽ കയറുന്ന പ്രൈവറ്റ് ബസ്. കാറിന്റെ സ്പീഡ് കുറയുന്നു. കാറിന് കടന്ന് പോകാൻ സ്ഥലം കൊടുക്കാതെ റോഡിന്റെ നടുക്കായി ആളുകളെ കയറ്റാൻ വേണ്ടി ബസ് നിർത്തുന്നു. ബസ് സൈഡ് കൊടുക്കാത്തതിൽ ആനന്ദും രഞ്ജിത്തും അജിത്ത് സാറും രോക്ഷത്തോടെയാണ് കാറിൽ ഇരിക്കുന്നത്. എത്ര ഹോൺ അടിച്ചിട്ടും സൈഡ് കൊടുക്കാതെ ആളുകളെ കയറ്റിയശേഷം ബസ് മുന്നോട്ടെടുക്കുന്നു. കാറിന്റെ പിന്നിലും മറ്റൊരു പ്രൈവറ്റ് ബസുണ്ട്. അവർക്കിടയിലെ മത്സര പ്രവണത കാരണമാണ് മുന്നിലുള്ള ബസ് സൈഡ് കൊടുക്കാൻ തയാറാവാത്തത്. അജിത്ത് സർ ഹോൺ അടിച്ചുകൊണ്ടേ ഇരുന്നു.

ഹോസ്പിറ്റലിന് മുന്നിൽ കാർ നിർത്തിയതും ഉടനെ തന്നെ അറ്റൻഡർമാർ സ്ട്രെച്ചർ എടുത്തുകൊണ്ട് വന്ന് ഷെഫീഖിനെ കാറിൽ നിന്നിറക്കി ഹോസ്പിറ്റലിലേക്ക് കയറ്റുന്നു.

ഐ സി യുവിന് മുന്നിൽ ടെൻഷനോടെ നിൽക്കുന്ന ആനന്ദും രഞ്ജിത്തും അജിത്ത് സാറും മാർട്ടിനും പോളും. ഡോക്ടർ ഐ സി യുവിൽ നിന്ന് ഇറങ്ങി വരുമ്പോൾ തന്നെ ആനന്ദ് പ്രതീക്ഷയോടെ അടുത്തേക്ക് ചെല്ലുന്നു. വിഷമത്തോടെ ഡോക്ടർ, 'Iam sorry, ഒരു അഞ്ച് മിനിറ്റ് നേരത്തെ കൊണ്ടുവന്നിരുന്നെങ്കിൽ...'

ആനന്ദിന്റെ മുഖത്തെ പ്രതീക്ഷ മാഞ്ഞ് സങ്കടം പടർന്നു.

'ജീവിതത്തില് സമയത്തിനൊക്കെ ഭയങ്കര വിലയാടോ.' ഇതും പറഞ്ഞ് ഡോക്ടർ ആനന്ദിന്റെ തോളിൽ ആശ്വസിപ്പിക്കാനെന്ന മട്ടിൽ ഒന്ന് തട്ടിയിട്ട് അവിടെനിന്ന് നടന്ന് പോകുന്നു. വിഷമത്തോടെ നിൽക്കുന്ന ആനന്ദിന്റെ അടുത്തേക്ക് അജിത്ത് സാർ ഒഴികെ എല്ലാവരും ചെല്ലുന്നു. അജിത്ത് സാറിന് ഡോക്ടറുടെ ഭാവവ്യത്യാസത്തിൽ നിന്ന് തന്നെ കാര്യങ്ങൾ വ്യക്തമായിരുന്നു.

കോളേജ് - കാർമേഘങ്ങൾ കൊണ്ട് ഇരുണ്ട് മൂടിയ ആകാശം. ഒപ്പം ചെറിയ തോതിലുള്ള ഇടി മുഴക്കവും. കോളേജ് കെട്ടിടത്തിന് മുന്നിൽ ഷഫീഖിന്റെ മൃതശരീരം പൊതു ദർശനത്തിന്

വെച്ചിരിക്കുന്നു. ചുറ്റും വിദ്യാർത്ഥികളും അധ്യാപകരും കൂടി നിൽക്കുന്നുണ്ട്. മൃതശരീരത്തിന്റെ അരികിലിരുന്ന് ഷഫീഖിന്റെ ഉമ്മയും സഹോദരിയും ഏങ്ങലടിച്ച് കരയുന്നു. ഉമ്മ 'ഇതിനാണോടാ മോനെ നീ പഠിക്കാൻ പോയെ... ഈ ഉമ്മാനെ ഒരിക്കലും ഒറ്റക്കാക്കില്ലാന്ന് നീ പറഞ്ഞതല്ലേടാ. എന്നിട്ട് നീയിപ്പോ ഒറ്റക്കാക്കീട്ട് പോയില്ലേ...'

എല്ലാവരും കണ്ണീരോടെയാണ് ആ കാഴ്ച നോക്കി നിൽക്കുന്നത്. കുറേ നാളുകൾക്ക് മുൻപ് ഷഫീഖ് പറഞ്ഞ കാര്യങ്ങൾ ആനന്ദിന്റെ കാതുകളിൽ മുഴങ്ങി, 'ബാപ്പ മരിച്ചതിൽ പിന്നെ ഉമ്മേടെ മുഖത്ത് ഒരു ചിരിപോലും ഞാൻ കണ്ടിട്ടില്ല. എന്നെങ്കിലും ഒരു ജോലി കിട്ടി കഴിയുമ്പോ ആദ്യം ഉമ്മേടെ എല്ലാ സ്വപ്നങ്ങളും സാധിച്ച് കൊടുക്കണം. എന്നിട്ട് വീണ്ടും മുഖത്താ പഴേ പുഞ്ചിരി കാണണം. അതാ എന്റെ ഏറ്റവും വലിയ സ്വപ്നം.'

ആനന്ദിന്റെ കണ്ണിൽ നിന്ന് കണ്ണീർ- തുള്ളികൾ വീഴുന്നു. അപ്പോൾ ഡോക്ടർ പറഞ്ഞ കാര്യങ്ങളും അവന്റെ മനസ്സിലേക്ക് കയറി വന്നു. 'ഒരു അഞ്ച് മിനിറ്റ് നേരത്തെ കൊണ്ട് വന്നിരുന്നെങ്കിൽ...'

ആനന്ദിന്റെ മുഖഭാവം മാറുന്നു. ആനന്ദിൽ സംഭവിച്ചുകൊണ്ടിരിക്കുന്ന ഭാവവ്യത്യാസം രഞ്ജിത്ത് ശ്രദ്ധിക്കുണ്ടായിരുന്നു.

ഡോക്ടർ, 'ജീവിതത്തില് സമയത്തിനൊക്കെ ഭയങ്കര വിലയാടോ...'

ആനന്ദിന്റെ മുഖത്ത് സങ്കടം മാഞ്ഞ് ദേഷ്യം പടരുന്നു. അവൻ വിദ്യാർത്ഥികളുടെ ഇടയിലൂടെ ദേഷ്യത്തോടെ നടന്ന് പോകുമ്പോൾ രഞ്ജിത്ത് വന്ന് തടഞ്ഞുകൊണ്ട്,

'നീയിതെങ്ങോട്ടാ?'

'ആ ബസ്സൊന്ന് സൈഡൊതുക്കിയിരുന്നെങ്കി, ചിലപ്പോ ഷഫീഖ് ഇന്ന് നമ്മുടെ കൂടെ ഉണ്ടായിരുന്നേനെ. അവന്മാരുമറിയണം സമയം എത്ര മാത്രം പ്രധാനപ്പെട്ടതാണെന്ന്.'

'അതിന് നീ ഒറ്റക്ക് പോയിട്ട് എന്ത് ചെയ്യാനാ?'

ആനന്ദ് ഷഫീഖിന്റെ മൃതശരീരത്തിന് ചുറ്റും കൂടി നിൽക്കുന്ന വിദ്യാർത്ഥികളെ നോക്കുന്നു. 'ഒറ്റക്കല്ല, ഒരു കൂട്ടം തന്നെയുണ്ട്'

രഞ്ജിത്തും അവിടെ കൂടി നിൽക്കുന്ന വിദ്യാർഥികളെ നോക്കുന്നു.

ബസ് സ്റ്റാൻഡ് - നല്ല മഴ പെയ്യുന്നുണ്ട്. ആനന്ദിന്റെ നേതൃത്വത്തിൽ നൂറ് കണക്കിന് വിദ്യാർത്ഥികൾ സ്റ്റാൻഡിലേക്ക് നടന്ന് വരുന്നു. വിദ്യാർത്ഥികൾ കൂട്ടത്തോടെ നടന്ന് വരുന്നത് കണ്ട ഒരു ബസിലെ ഡ്രൈവർ 'ഇതെന്താ പരിപാടി?'

കണ്ടക്ടർ 'സമരം വല്ലതുമാണോ?'

എല്ലാ വിദ്യാർത്ഥികളും സ്റ്റാൻഡിൽ നിന്ന് ബസ് പുറത്തേക്ക് പോകാനുള്ള വഴി ബ്ലോക്ക് ചെയ്ത് നിൽക്കുന്നു. അവരുടെ നേതാവായി ആനന്ദ് മുന്നിൽ തന്നെയുണ്ട്.

പോലീസ് സ്റ്റേഷൻ - SI യുടെ റൂം. SI എസ്തപ്പാൻ കോര ഇരിക്കുന്നതിന്റെ എതിരെയായി അജിത്ത് സാറും വക്കീലും ഇരിക്കുന്നു. എസ്തപ്പാൻ ഒരു തൂവൽ ചെവിയിൽ ഇട്ടുകൊണ്ട്, 'നേതാവ് ചമഞ്ഞ് വിദ്യാർത്ഥികളെ മുൻ നിർത്തി ബസ് സ്റ്റാൻഡ് ഉപരോധിക്കുക. അതായത് പൊതുജനങ്ങൾക്ക് ശല്യമുണ്ടാക്കി അവരുടെ യാത്രാ മാർഗം തടസ്സപ്പെടുത്തുക. ചില്ലറ കേസല്ലല്ലോ വക്കീലേ.'

വക്കീൽ 'ഇതിന് മുൻപ് അവന്റെ പേരില് ഒരു കേസുമുണ്ടായിയിട്ടില്ല. അതുമാത്രല്ല, കഴിഞ്ഞദിവസം കോളേജില് ഒരു സ്റ്റുഡന്റും മരിച്ചു. പിന്നെ അതിന്റെ ഷോക്കിലാണ് അവൻ ഇങ്ങനെയൊക്കെ ചെയ്തത്.'

'അവനെയും കുറ്റം പറയാൻ പറ്റില്ല. ബസ്സിന്റെയൊക്കെ ഈ മരണപാച്ചില് കാണുമ്പോ സാധാരണക്കാരനായ ആർക്കും ഒന്നു ചോദിക്കാൻ തോന്നും. കഴിഞ്ഞ ദിവസം തന്നെ ഞാനൊന്ന് ബൈക്ക് കൊണ്ട് ടൗണിലേക്ക് ഇറങ്ങിയപ്പോ മൂട്ടില് ഉമ്മ വെക്കാൻ വന്നപോലെയാ അവന്മാര് ചേർത്തങ്ങ് കൊണ്ട് വരണേ. അവനെ പിന്നെ ഞാൻ പൂട്ടി ലൈസൻസും സസ്പെൻഡ് ചെയ്തു. അത് വേറെ കാര്യം.'

അജിത്ത് സർ 'സാർ, അവന്റെ ജാമ്യം?'

എസ്തപ്പാൻ അജിത്ത് സാറിനെ നോക്കിക്കൊണ്ട്, 'ജാമ്യത്തിന്റെ കാര്യം കുഴപ്പമൊന്നുമില്ല. പിന്നെ ഇനി മേലാൽ അവനോട് ഇമ്മാതിരി വള്ളിക്കെട്ട് കേസുംകൊണ്ട് എന്റെ മുന്നില് വന്ന് പെടരുതെന്ന് പറഞ്ഞേക്കണം. ഞങ്ങൾക്ക് പറഞ്ഞ് മനസ്സിലാക്കാൻ പറ്റില്ലല്ലോ. ജനമൈത്രി ആയിപ്പോയില്ലേ.'

അജിത്ത് സാറിന്റെയൊപ്പം ആനന്ദ് കാറിൽ ഇരിക്കുന്നു.

അജിത്ത് സാറാണ് കാറോടിക്കുന്നത്. കാർ ഒരു വിജനമായ റോഡരികിൽ ഒതുക്കി നിർത്തി മുന്നിലെ റോഡിലേക്ക് നോക്കിക്കൊണ്ട്, 'അനന്ദു...' ആനന്ദ് അജിത്ത് സാറിനെ നോക്കുന്നു.

'നിന്നെയെനിക്ക് കഴിഞ്ഞ മൂന്ന് വർഷമായിട്ടറിയാം. ഇതിനിടയിൽ നിന്നെ പറ്റി മോശമായിട്ടൊന്നും കേട്ടിട്ടില്ല. നിന്നെക്കാൾ വലിയ കേമന്മാർ കോളേജിൽ വന്നിട്ടുമുണ്ട് പഠിച്ചിറങ്ങിയിട്ടുമുണ്ട്. പക്ഷെ, അവരിൽ നിന്നൊക്കെ നീ വളരെ വ്യത്യസ്തനാ. നിനക്കൊരു ലക്ഷ്യമുണ്ട്. നീ ഒരു സംവിധായകനാകൂന്ന് നിന്നെക്കാളും ഉറപ്പ് നിന്റെ കൂടെയുള്ളവർക്കുണ്ട്.' ആനന്ദിന്റെ നേരെ നോക്കിക്കൊണ്ട്, 'കണ്ണ് തുറന്ന് മുന്നോട്ട് നോക്കിയാ ഒരുപാട് തെറ്റുകൾ നമുക്ക് കാണാൻ സാധിക്കും. എന്ന് കരുതി എല്ലാത്തിനേം ശെരിയാക്കാൻ പറ്റില്ല. അത് നീ എന്ന് മനസ്സിലാക്കുന്നുവോ അന്നേ നിനക്ക് നിന്റെ ലക്ഷ്യത്തിലെത്താൻ പറ്റൂ.'

ആനന്ദ് അജിത്ത് സാറിനെ ശ്രദ്ധയോടെ നോക്കിയിരിക്കുന്നു.

രാത്രി. ബസിന്റെ ഏറ്റവും ബാക്കിൽ വിൻഡോ സീറ്റിൽ ഇരിക്കുന്ന ആനന്ദ്. തൊട്ടടുത്ത് ആന്റപ്പൻ ഇരിക്കുന്നുണ്ട്. ആനന്ദ് വിൻഡോയിലൂടെ കാറ്റുംകൊണ്ട് പുറത്തേക്ക് നോക്കി ഇരിക്കുമ്പോൾ അജിത്ത് സാറിന്റെ ശബ്ദം അവന്റെ കാതുകളിൽ മുഴങ്ങി. 'കണ്ണടച്ച് നടന്നാൽ ചതിക്കുഴിയിൽ വീഴും. കണ്ണ് തുറന്ന് നടന്നാൽ തെറ്റുകൾക്കെതിരെ പ്രതികരിക്കും. ഇന്നത്തെ കാലത്ത് ജീവിക്കണമെങ്കിൽ കണ്ണ് തുറന്ന് മുന്നോട്ട് നടക്കണം. തെറ്റുകൾ കാണുമ്പോൾ കണ്ണടക്കണം. ഇനി പ്രതികരിക്കണമെന്ന് തോന്നിയാൽ, ആദ്യം നിൽക്കുന്ന സ്ഥലം ഉറപ്പുള്ളതാണോന്ന് നോക്കണം. ഇല്ലെങ്കിൽ അവസാനം നമ്മളെ രക്ഷിക്കാൻ ആരും ഉണ്ടാകില്ല.'

ആന്റപ്പൻ ആനന്ദിനെ തട്ടി വിളിക്കുന്നു, 'ഡാ... ആനന്ദേ'

ആനന്ദ് പെട്ടെന്ന് ഞെട്ടി യാഥാർഥ്യത്തിലേക്ക് മടങ്ങിവന്ന് ആന്റപ്പനെ നോക്കുന്നു. ഇപ്പോൾ ബസിന്റെ കാതടപ്പിക്കുന്ന ശബ്ദവും ബസ്സിൽ വെച്ചിരിക്കുന്ന സുന്ദരിയെ വാ എന്ന ആൽബം സോങ്ങുമാണ് ആനന്ദിന്റെ കാതുകളിൽ മുഴങ്ങുന്നത്.

ആന്റപ്പൻ 'അടുത്ത സ്റ്റോപ്പിലിറങ്ങണ്ടേ?'

രാത്രി - ബസ് സ്റ്റോപ്പിൽ ബുള്ളറ്റിനരികെ ആനന്ദിനെയും

ആന്റപ്പനെയും കാത്തിരിക്കുന്ന രഞ്ജിത്ത്. ബസ് വന്ന് നിർത്തുന്നു. രണ്ട് മൂന്ന് ആളുകളുടെയൊപ്പം ആനന്ദും ആന്റപ്പനും ബസിൽ നിന്നിറങ്ങി. ആളുകളെ ഇറക്കിയതിന് ശേഷം ബസ് ഉടനെ തന്നെ അവിടെ നിന്ന് എടുക്കുന്നു. രഞ്ജിത്ത് ബുള്ളറ്റിൽ കയറി ഇരുന്നു. പുറകിൽ ആന്റപ്പനും. ആനന്ദ് എന്തോ ആലോചിച്ച് നിൽക്കുന്നത് കണ്ട രഞ്ജിത്ത്, 'ഡാ... കേറടാ'

അബദ്ധം പറ്റിയപോലെ, 'എടാ എന്റെ ബാഗ്... ഞാൻ ബസ്സില് വെച്ച് മറന്ന്. ശ്ശെ...'

ആന്റപ്പൻ 'നീ എന്നാ ആലോചിച്ച് നിക്കാതെ വേഗം കേറ്. ഇപ്പൊ പോയാ അടുത്ത സ്റ്റോപ്പില് ബസ് നിർത്തുമ്പോ ബാഗ് എടുക്കാം.'

ആനന്ദും അവരുടെ ഒപ്പം ബുള്ളറ്റിൽ കയറിയതും അവർ അവിടെ നിന്ന് ട്രിപ്പിൾ അടിച്ച് പോകുന്നു.

ബസിന് പുറകെ ബൈക്കിൽ ഫോളോ ചെയ്യുന്ന ആനന്ദും രഞ്ജിത്തും ആന്റപ്പനും.

ആനന്ദ് 'ഡാ കുറച്ചൂടെ സ്പീഡിൽ പോ.'

രഞ്ജിത്ത് 'ങേ...'

ആനന്ദ് 'കുറച്ചൂടെ സ്പീഡിൽ പോകാൻ.'

ആനന്ദ് പറഞ്ഞത് വ്യക്തമാവാത്തത് കൊണ്ട് രഞ്ജിത്ത് ബൈക്ക് നിർത്തി പുറകിലേക്ക് തിരിഞ്ഞ് നോക്കി, 'നീയിപ്പോ എന്താ പറഞ്ഞേന്ന്?'

'എടാ പൊട്ടാ, കുറച്ചൂടെ സ്പീഡിൽ പോകാനാ പറഞ്ഞെ'

'എന്നാ അത് ഉറക്കെ പറയണ്ടേ' രഞ്ജിത്ത് ബൈക്ക് സ്റ്റാർട്ട് ചെയ്തതും മുന്നിൽ കുറച്ച് ദൂരെനിന്ന് വലിയൊരു ശബ്ദംകേട്ട് മൂന്ന് പേരും ദൂരേക്ക് നോക്കുന്നു. ബസ് റോഡിൽ മറിഞ്ഞ് കിടക്കുന്നതാണ് അവർ കണ്ടത്. ഉടനെ തന്നെ അവർ മൂന്ന് പേരും ബൈക്കിൽ നിന്നിറങ്ങി ഓടി ബസ്സിനടുത്തേക്ക് ചെല്ലുന്നു. കുറേ ആളുകൾ ബസ്സിനുള്ളിൽ പരിക്കേറ്റും കുടുങ്ങിയും കിടക്കുന്നുണ്ട്. അപകടം കണ്ടതും അതിലൂടെ പോകുന്ന വാഹനങ്ങളൊക്കെ നിർത്തി ആളുകൾ സഹായിക്കാൻ ഓടികൂടി. ബസ്സിൽ നിന്ന് ആളുകളെ ഇറക്കി അവിടെയുള്ള വാഹനങ്ങളിൽ കയറ്റി ആശുപത്രിയിലേക്ക് പറഞ്ഞയക്കുന്നു. ആനന്ദ് അപകടം പറ്റിയ ഒരു വൃദ്ധന്റെ കൂടെ ഓട്ടോറിക്ഷയിൽ കയറി

ആശുപത്രിയിലേക്ക് പോയി. രഞ്ജിത്തും ആന്റപ്പനും മറ്റുള്ള ആളുകളുടെ ഒപ്പം രക്ഷാപ്രവർത്തനത്തിൽ മുഴുകി നിൽക്കുന്നു.

ഹോസ്പിറ്റലിൽ നിന്ന് ആംബുലൻസുകൾ സൈറനിട്ട് പുറത്തേക്ക് പോകുന്നുണ്ട്. ഓട്ടോറിക്ഷ ഹോസ്പിറ്റലിന് മുന്നിൽ വന്ന് നിർത്തിയതും ആനന്ദ് ആ വൃദ്ധനെ നേഴ്സുമാർ കൊണ്ട് വന്ന സ്ട്രച്ചറിലേക്ക് കിടത്തുന്നു. അവർ അയാളെ ഹോസ്പിറ്റലിന്റെ അകത്തേക്ക് കൊണ്ടുപോയി. ആനന്ദും അവരുടെ ഒപ്പം അകത്തേക്ക് കയറി.

വൃദ്ധനെ അവർ ഐസിയുവിലേക്ക് കയറ്റി. ആനന്ദ് ഐസിയുവിന് മുന്നിൽ നിൽക്കുമ്പോൾ ഒരു നേഴ്സ് അടുത്തേക്ക് വന്നുകൊണ്ട്, 'അതേ...'

ആനന്ദ് നേഴ്സിനെ നോക്കുന്നു. നേഴ്സ് ഒരു ഫോമും പേനയും ആനന്ദിന്റെ കയ്യിൽ കൊടുത്തുകൊണ്ട്, 'ഇത് പെട്ടെന്ന് ഒന്ന് സൈൻ ചെയ്യ് താ.'

'എനിക്കിയാളെ അറിയില്ല. ഞാൻ ആക്സിഡന്റ് സ്ഥലത്ത് നിന്ന് കൊണ്ടുവന്നതാ'

'അതൊന്നും എനിക്കറിയണ്ട. താൻ എങ്ങനെയാണെന്ന് വെച്ചാ സൈൻ ചെയ്യ് താ. ഓപ്പറേഷൻ വേണ്ടതാ. വൈകി കഴിഞ്ഞിട്ട് പേഷ്യന്റിന് എന്തെങ്കിലും സംഭവിച്ചാൽ ഞങ്ങൾ ഉത്തരവാദി ആയിരിക്കില്ല.'

ഇത് കേട്ടതും ആനന്ദ് കൂടുതൽ ഒന്നും ചിന്തിക്കാതെ ഫോമിൽ സൈൻ ചെയ്യ് കൊടുക്കുന്നു.

'നാളെ രാവിലെ ഒൻപത് മണിക്ക് മുൻപ് പൈസയടക്കണം.'

നേഴ്സ് അവിടെ നിന്ന് പോകുന്നു. എന്ത് ചെയ്യണമെന്ന് അറിയാതെ നിൽക്കുന്ന ആനന്ദ്. വൃദ്ധനെ ഡോക്ടറുടെ നേതൃത്വത്തിൽ നേഴ്സുമാർ ഓപ്പറേഷൻ തിയേറ്ററിലേക്ക് കൊണ്ടുപോകുന്നു.

ഓപ്പറേഷൻ തിയേറ്ററിന് മുന്നിലെ ബെഞ്ചിൽ അസ്വസ്ഥനായി ഇരിക്കുന്ന ആനന്ദ്. ഫോൺ റിങ് ചെയ്യതും കോൾ അറ്റൻഡ് ചെയ്യുകൊണ്ട്, 'ഹലോ, പറയടാ. എന്താവാൻ... ആൾടെ മൊബൈലീന്ന് കിട്ടിയ ഒരു നമ്പറിൽ വിളിച്ചിട്ട് കാര്യം പറഞ്ഞിട്ടുണ്ട്.' അനുപമയും അച്ഛനും (വിജയൻ) ചേട്ടനും (അനുരാഗ്) ഓപ്പറേഷൻ തിയേറ്ററിന് മുന്നിലേക്ക് ടെൻഷനോടെ വരുന്നു.

അവരെ കണ്ടതും ആനന്ദ് ഫോണിൽ, 'എടാ ഞാൻ പിന്നെ വിളിക്കാവേ.' കോൾ കട്ട് ചെയ്ത് അവൻ അനുപമയെ ശ്രദ്ധയോടെ നോക്കി നിൽക്കുന്നു. ഓപ്പറേഷൻ തിയേറ്ററിൽ നിന്നിറങ്ങി വന്ന ഡോക്ടറുമായി അവർ സംസാരത്തിലാണ്. ഡോക്ടറുടെ സംസാരത്തിൽ നിന്ന് ആനന്ദാണ് അയാളെ ഹോസ്പിറ്റലിൽ എത്തിച്ചതെന്ന് മനസ്സിലായതും എല്ലാവരും ആനന്ദിനെ നോക്കുന്നു. ആനന്ദ് പതിയെ എഴുന്നേൽക്കുന്നു. അവർ ആനന്ദിന്റെ അടുത്തേക്ക് വന്നുകൊണ്ട്, വിജയൻ 'വളരെ നന്ദിയുണ്ട് മോനെ. ഞങ്ങളീ ഉപകാരം ഒരിക്കലും മറക്കില്ല.'

'ഓ... അതൊന്നും കുഴപ്പോല്ല. ആരായിരുന്നു അത്?'

അനുരാഗ് 'അമ്മാവനാ. അതായത് അമ്മേടെ ചേട്ടൻ.'

'ഓഹ്... ഓക്കേ. ഞാനെന്നാ പോയേക്കുവാ. ഇനി നിങ്ങളൊക്കെ ഇണ്ടല്ലോ.' ആനന്ദ് അനുപമയെ നോക്കുന്നു. അനുപമ ഒന്നും മിണ്ടാതെ തന്നെ നിൽക്കുന്നു. എല്ലാവരോടുമായി 'ശെരിയെന്നാ' അവൻ അവിടെ നിന്ന് നടന്ന് പോകുന്നു. ആനന്ദ് പോകുന്നതും നോക്കി നിൽക്കുന്ന അനുപമ.

ആനന്ദ് ഹോസ്പിറ്റലിൽ നിന്ന് ഇറങ്ങി വരുന്നു. ആക്സിഡന്റ് പറ്റിയവരുടെ ബന്ധുക്കളും സുഹൃത്തുക്കളുമൊക്കെ ഹോസ്പിറ്റലിലേക്ക് കയറിപോകുന്നുണ്ട്. അവൻ അതൊക്കെ ശ്രദ്ധിച്ചുകൊണ്ട് മുന്നോട്ട് നടക്കുമ്പോൾ പെട്ടെന്ന് പുറകിൽ നിന്ന് അനുപമ, 'ആനന്ദ്...'

ആനന്ദ് നടത്തം നിർത്തി പുറകിലേക്ക് തിരിഞ്ഞ് നോക്കുമ്പോൾ അനുപമയെ കാണുന്നു.

'പെട്ടെന്ന് നിക്കാൻ വേണ്ടിയാ പേര് വിളിച്ചത്.' നിലത്തേക്ക് നോക്കി കുറ്റബോധത്തോടെ, 'സോറി'

'എന്തിന്?'

ആനന്ദിനെ നോക്കിക്കൊണ്ട്, 'തല്ലിയതിന്'

'അത് കുഴപ്പോല്ലാ, എന്റെ ഭാഗത്തും തെറ്റുണ്ട്.'

'എന്നോട് ദേഷ്യമില്ലെങ്കി, നമുക്കൊരു കോഫി കുടിക്കാൻ പോയാലോ?'

ആനന്ദ് വിശ്വസിക്കാത്ത മട്ടിൽ അനുപമയെ നോക്കി നിൽക്കുന്നു.

രാത്രി മുതൽ വെളുപ്പിന് വരെ തുറന്ന് പ്രവർത്തിക്കുന്ന ഒരു കോഫി ഷോപ്പ്. ഷോപ്പിന്റെ അകത്തും പുറത്തും ഇരിക്കാനുള്ള സൗകര്യമുണ്ട്. പുറത്ത് കുറച്ച് പേർ ചായ കുടിച്ചും സിഗരറ്റ് വലിച്ചും വർത്തമാനം പറഞ്ഞ് നിൽക്കുന്നു. ഷോപ്പിന്റെ അകത്ത് ആനന്ദും അനുപമയും ഒരു ടേബിളിന് ഇരുവശത്തുമായി ഇരിക്കുന്നു. ടേബിളിൽ രണ്ട് കോഫി കപ്പുകൾ വെച്ചിട്ടുണ്ട്. അകത്ത് ആളുകൾ വളരെ കുറവാണ്. കൂടുതൽ പേരും പുറത്താണ് നിൽക്കുന്നത്.

'വെറുതെയൊരു കോഫി കുടിക്കാന്ന് താൻ എന്തൊക്കെയായാലും പറയില്ല.'

അനുപമ ടേബിളിൽ നിന്ന് ഒരു കോഫി കപ്പെടുക്കുന്നു.

'എന്താ കാര്യം?'

'കോഫി കുടിക്ക്'

ആനന്ദും ടേബിളിൽ നിന്ന് കോഫി കപ്പെടുക്കുന്നു.

'എന്നോട് ആര് വന്ന് ഇഷ്ടാന്ന് പറഞ്ഞാലും ഞാൻ റിജെക്റ്റ് ചെയ്യും. എന്നെ ഇമ്പ്രെസ് ചെയ്യാൻ വേണ്ടി എന്തൊക്കെ ചെയ്താലും ഞാൻ മൈൻഡ് പോലും ചെയ്യാറില്ല.'

'അതെന്താ?'

അനുപമ കുറച്ച് നേരം ടേബിളിലേക്ക് നോക്കി ഇരുന്ന ശേഷം, 'എന്റെ ജീവിതത്തില് ഞാൻ ഒരാളെ മാത്രേ പ്രേമിച്ചിട്ടുള്ളു. ആദ്യ പ്രണയം അങ്ങനെ ആർക്കും മറക്കാൻ പറ്റില്ലല്ലോ.'

ആനന്ദ് അനുപമ പറയുന്നത് ശ്രദ്ധയോടെ കേട്ടിരിക്കുന്നു.

ഇരുപത്തിയഞ്ച്

വർഷം: 2005

സ്കൂൾ വരാന്ത - ഇന്റർവെൽ ആയതുകൊണ്ട് തന്നെ വിദ്യാർത്ഥികളുടെ ഒച്ചയും ബഹളവും നന്നായി കേൾക്കാം. അനുപമയും വൈശാഖും വരാന്തയിൽ നിൽക്കുന്നു.

വൈശാഖ് 'ഒരു കൊല്ലായി ഞാൻ തന്റെ പുറകെ നടക്കാൻ തുടങ്ങീട്ട്. ഇഷ്ടാണെങ്കി ആണെന്ന് പറയണം. അല്ലെങ്കി അല്ലാന്ന് പറയണം. ഇതിപ്പോ ഒന്നും പറയാതെ നടന്നാ പിന്നെ ഞാനെന്താ വിചാരിക്കണ്ടെ?'

അനുപമ മറുപടി ഒന്നും പറയാതെ നിൽക്കുന്നു.

'താൻ കാരണം എനിക്ക് മര്യാദക്കൊന്ന് പഠിക്കാൻ പോലും പറ്റണില്ല. അതുകൊണ്ട് ഇന്നെങ്കിലും ഒരു മറുപടി പറയണം. പ്ലീസ്...'

ഇന്റർവെൽ കഴിഞ്ഞതിന്റെ ബെല്ലടി ശബ്ദം കേൾക്കുന്നു.

'അപ്പൊ അടുത്ത ഇന്റെർവെല്ലിനെങ്കിലും പറയണം. എന്റെ ഭാവി തന്റെ കയ്യിലാ, അതിടക്ക് ഓർത്തേരെ.'

വൈശാഖ് അവിടെ നിന്ന് നടന്ന് പോകുന്നു. അനുപമ തിരിച്ച് തന്റെ ക്ലാസ്സായ 10 B യിലേക്ക് കയറുന്നു.

ക്ലാസ് റൂം - ഇന്റർവെൽ കഴിഞ്ഞ് എല്ലാവരും അവരവരുടെ സീറ്റിൽ ചെന്നിരിക്കുന്നതിനുള്ള ഓട്ടത്തിലാണ്. അനുപമ പാർവതിയുടെ അടുത്ത് ചെന്നിരുന്നു.

പാർവതി ആകാംഷയോടെ, 'പുള്ളി എന്താ പറഞ്ഞെ?'

'എന്നെ വിടണ ലക്ഷണമില്ല'

'ശ്ശെ... ഇനിയിപ്പോ എന്ത് ചെയ്യും?' പാർവതി കുറച്ച് നേരം

ആലോചിച്ചതിന് ശേഷം, 'യെസ് പറഞ്ഞെന്ന് കരുതി കുഴപ്പമൊന്നുമില്ല.'

അനുപമ ദേഷ്യത്തോടെ പാർവതിയെ നോക്കുന്നു. പാർവതി അനുപമയുടെ അടുത്തേക്ക് നീങ്ങി ഇരുന്നുകൊണ്ട്, 'ആള് കാണാൻ ലുക്ക് ഒക്കെയുണ്ട്, സ്വഭാവവും കുഴപ്പമില്ല. ഒരു കൊല്ലം കഴിഞ്ഞിട്ടും നിന്നെയല്ലാതെ വേറെ ആരേം ആ ചേട്ടൻ നോക്കണതായിട്ട് ഞാൻ കേട്ടിട്ടില്ല. ഞാനൊക്കെയായിരുന്നെങ്കി പണ്ടേക്ക് പണ്ടേ ഓക്കെ പറഞ്ഞേനെ.'

ക്ലാസ്സിലേക്ക് ഒരു ബുക്കുമായി നാരായണീ ടീച്ചർ കയറി വരുന്നതും എല്ലാവരും എഴുന്നേറ്റ് നിന്ന് ഗുഡ് മോർണിംഗ് പറയുന്നു. ടീച്ചർ തന്റെ മൂക്കിന് മുകളിൽ ഇരിക്കുന്ന കണ്ണടയുടെ മുകളിലൂടെ നോക്കിക്കൊണ്ട് അൽപ്പം ഗൗരവത്തോടെ, 'ഇരിക്കിരിക്ക്.'

എല്ലാവരും ഇരിക്കുന്നു. 'ഞാനിന്നലെ ഒരു ഡിക്റ്റേഷൻ പറഞ്ഞില്ലേ?'

എല്ലാവരും അറിയാത്തത് പോലെ പരസ്പരം നോക്കുന്നു.

'ആർക്കും ഓർമ്മയുണ്ടാകില്ല. പക്ഷെ, എനിക്ക് നല്ല ഓർമ്മയുണ്ട്. എല്ലാരും ബുക്കെടുത്തോ. ഞാൻ കുറച്ച് questions ബോർഡിൽ എഴുതിയിടാം. നിങ്ങളത് പകർത്തണ്ടാ. ആൻസർ മാത്രം എഴുതിയ മതി.' ഇതും പറഞ്ഞ് നാരായണി ടീച്ചർ തിരിഞ്ഞ് നിന്ന് കറുത്ത ബോർഡിൽ ചോക്ക് കൊണ്ട് കണക്കിന്റെ കുറച്ച് ചോദ്യങ്ങൾ എഴുതുന്നു.

പാർവതി അൽപ്പം ടെൻഷനോടെ, 'നീ വല്ലതും പഠിച്ചിട്ടുണ്ടോ?'

'ങാ... കുറച്ചൊക്കെ'

'കാണിച്ച് തന്നോട്ടോ'

'മ് മ് മ്...' അനുപമ ബോർഡിലേക്ക് നോക്കി ഉത്തരം ബുക്കിലേക്ക് എഴുതാൻ തുടങ്ങുമ്പോൾ വൈശാഖ് പറഞ്ഞത് അവളുടെ മനസ്സിലേക്ക് കയറി വരുന്നു.

'ഇന്നെങ്കിലും ഒരു ഉത്തരം പറയണം.'

അനുപമക്ക് എഴുതാൻ പറ്റുന്നില്ല. വൈശാഖിന്റെ ശബ്ദം അവളുടെ മനസ്സിൽ അലയടിച്ചുകൊണ്ടിരുന്നു.

'എന്റെ ഭാവി തന്റെ കയ്യിലാട്ടോ.'

അനുപമയുടെ മുഖത്ത് അസ്വസ്ഥത പ്രകടമായിരുന്നു. അനുപമ എഴുതി തുടങ്ങാത്തത് ശ്രദ്ധിച്ച പാർവതി, 'ഡി...'

അനുപമ പാർവതിയെ നോക്കുന്നു.

'എഴുത്'

'പറ്റണില്ലടി'

പാർവതി മനസ്സിലാവാത്തത് പോലെ, 'ങേ?'

അനുപമ ടെൻഷനോടെ പേനയുടെ ക്യാപ്പിട്ടതിന് ശേഷം ബുക്കടയ്ക്കുന്നു.

സ്കൂൾ വരാന്ത. ഇന്റർവെൽ സമയം - വരാന്തയിൽ തൂണിനടുത്ത് അനുപമയും പാർവതിയും നടന്ന് വരുന്നതും നോക്കി നിൽക്കുന്ന വൈശാഖ്. അനുപമ വൈശാഖിനെ മൈൻഡ് ചെയ്യാതെ അടുത്തുകൂടെ നടന്ന് പോകുന്നു. വൈശാഖിന്റെ മുഖത്ത് പ്രതീക്ഷ മാഞ്ഞ് നിരാശ പടർന്നു. അവൻ നിരാശയോടെ തന്നെ അവർ നടന്ന് പോകുന്നതും നോക്കിനിന്നു. കുറച്ച് മുന്നോട്ട് പോയശേഷം അനുപമ നിൽക്കുന്നു. അവൾ പതിയെ തിരിഞ്ഞ് വൈശാഖിന്റെ അടുത്തേക്ക് നടന്ന് ചെന്നതിന് ശേഷം അൽപ്പം ധൈര്യം സംഭരിച്ചുകൊണ്ട് നേരെ നോക്കാതെ, 'ഓക്കെയാ...'

വൈശാഖ് ഞെട്ടലോടെ, 'എന്ത്... എന്താന്ന്?'

അവൾ വൈശാഖിന്റെ കണ്ണിലേക്ക് നോക്കിക്കൊണ്ട്, 'ഓക്കെയാന്ന്.'

വൈശാഖ് സന്തോഷം കൊണ്ട് പുഞ്ചിരിക്കുന്നു. അനുപമയും ചിരിച്ചുകൊണ്ട് തിരിച്ച് നടന്ന് പോകുന്നു.

'അന്ന് ഞാൻ ആദ്യമായി, ഒരാളോട് ഇഷ്ടാണെന്ന് സമ്മതിച്ചു.'

അനുപമയുടെ മുറി. അവൾ കുളിച്ച് കഴിഞ്ഞ് ഈറനോടെ മുറിയിലെ കണ്ണാടിയുടെ മുന്നിൽ നിന്ന് പുറകിലെ മുടി മുന്നിലേക്കിട്ട് കണ്ണാടിയിൽ ഒട്ടിച്ച് വെച്ചിരിക്കുന്ന കറുത്ത പൊട്ട് നെറ്റിയിൽ തൊടുന്നു.

'ഈ പ്രേമത്തിന് ഇത്രേം ലഹരിയുണ്ടെന്ന് പയ്യെ പയ്യെ എനിക്ക് മനസ്സിലായി'

മുറിയുടെ പുറത്തേക്ക് നോക്കി ആരും ഇല്ലെന്ന് ഉറപ്പ് വരു

ത്തിയ ശേഷം അനുപമ മുറിയിൽ നിന്നിറങ്ങി ഹാളിലെ ടേബിളിന്റെ പുറത്ത് വെച്ചിരിക്കുന്ന കീപാഡ് ഫോൺ എടുത്തുകൊണ്ട് വീടിന്റെ പുറത്തേക്കിറങ്ങി പോകുന്നു. ആരും കാണാതെയവൾ വീടിന്റെ മുറ്റത്തിറങ്ങി പറമ്പിലേക്ക് നടന്ന് ചെന്ന് വൈശാഖിനെ ഫോണിൽ വിളിക്കുന്നു.

'ആരും കാണാതെ ഫോൺ വിളിച്ചും സ്കൂളിലെ വരാന്തയിലും ബസ് സ്റ്റോപ്പിൽ നിന്നും ഞങ്ങൾ പ്രണയിച്ചു. അങ്ങനെ ഒരു ദിവസം...'

രാത്രി മുറിയിൽ ആരും അറിയാതെ കട്ടിലിൽ കിടന്നുകൊണ്ട് വൈശാഖുമായി ഫോണിൽ സംസാരിക്കുന്ന അനുപമ. അനുപമയുടെ അമ്മ മുറിയുടെ മുന്നിലൂടെ അടുക്കളയിലേക്ക് പോകുമ്പോൾ അവൾ ഫോണിൽ ആരോ ആയിട്ട് കൊഞ്ചി കുഴഞ്ഞ് സംസാരിക്കുന്നത് കേൾക്കുന്നു. അമ്മ ദേഷ്യത്തോടെ 'ഡീ...'

അനുപമ ഞെട്ടി തിരിഞ്ഞ് നോക്കുന്നു.

'ആരോടാടി നീ സംസാരിക്കണെ?'

അനുപമ ഒന്നും മിണ്ടാതെ പേടിയോടെ കട്ടിലിൽ നിന്നെഴുന്നേൽക്കുന്നു. അമ്മ ദേഷ്യത്തോടെ അനുപമയുടെ കയ്യിൽ നിന്ന് ഫോൺ തട്ടി പറിച്ച് നമ്പർ നോക്കുന്നു. അനുപമ പേടിയോടെ, 'അമ്മാ... വേണ്ടാമ്മ.'

അമ്മ ദേഷ്യത്തോടെ അനുപമയുടെ കണ്ണിലേക്ക് നോക്കി നിൽക്കുന്നു. അനുപമ കരഞ്ഞുകൊണ്ട്, 'അച്ഛനോട് പറയല്ലേ. പ്ലീസ്...'

അമ്മ ദേഷ്യത്തോടെ മുറിയിൽ നിന്ന് ഇറങ്ങി പോകുന്നു. അനുപമ കരഞ്ഞുകൊണ്ട്, 'മ്മാ...' അവൾ എന്താ ചെയ്യണ്ടതെന്ന് അറിയാതെ പേടിയോടെ അവിടെ തന്നെ നിന്നു. പെട്ടെന്ന് ഹാളിൽ നിന്ന് വിജയന്റെ ശബ്ദം, 'അനൂ... ഇങ്ങോട്ട് വന്നേ.' അനുപമ പോകാതെ വിതുമ്പലോടെ അവിടെ തന്നെ നിൽക്കുന്നു. വിജയൻ ദേഷ്യത്തോടെ 'നിന്നോട് വരാനാ പറഞ്ഞെ.' അനുപമ കണ്ണുനീർ തുടച്ച് പതിയെ മുറിയുടെ പുറത്തേക്കിറങ്ങി പോകുന്നു.

സ്കൂൾ വരാന്ത. ഇന്റർവെൽ സമയം - അനുപമയുടെ കയ്യിന്റെ സൈഡിൽ ചൂരൽകൊണ്ട് അടികൊണ്ട പാടുണ്ട്. അനുപമയും വൈശാഖും വരാന്തയുടെ ഒരു കോർണറിലാണ് നിൽക്കുന്നത്.

പാർവതി അവരിൽ നിന്ന് കുറച്ച് മാറി നിന്ന് ടീച്ചേഴ്സ് ആരെങ്കിലും വരുന്നുണ്ടോ എന്ന് ശ്രദ്ധിക്കുന്നു. അനുപമ പറയുന്നത് വൈശാഖ് ശ്രദ്ധയോടെ കേട്ട് കൊണ്ട് നിൽക്കുന്നു.

'നമുക്കീ വിളിയും സംസാരവുമൊക്കെ നിർത്താം. ഇന്നലെയെന്നെ വീട്ടില് കൊന്നില്ലാന്നേ ഒള്ളു. ഇടയ്ക്കുള്ള ഈ ഫോൺ വിളി ഒന്നുമില്ലാതെ തന്നെ പ്രേമിക്കാലോ. ഒന്നില്ലെങ്കിലും നമ്മള് ദിവസവും കാണുന്നെങ്കിലുമുണ്ടല്ലോ. അത് പോരെ?'

.വൈശാഖ് ഒന്നും പറയാതെ ഗൗരവത്തോടെയാണ് നിൽക്കുന്നത്.

'ചേട്ടായി പ്ലീസ്. എന്റെ സാഹചര്യമൊന്ന് മനസ്സിലാക്ക്.'

വൈശാഖ് കുറച്ച് നേരം ഒന്നാലോചിച്ച് നിന്നതിന് ശേഷം, 'ശെരി എല്ലാം നിന്റെ ഇഷ്ടം പോലെ.'

ഇന്റർവെൽ കഴിഞ്ഞതിന്റെ ബെല്ലടി ശബ്ദം കേൾക്കുന്നു. അനുപമ സൈഡിലേക്ക് ഒന്ന് നോക്കിയശേഷം, 'എന്നാ ബൈ പിന്നെ കാണാം.' അനുപമയും പാർവതിയും അവിടെ നിന്ന് ക്ലാസിലേക്ക് കേറാൻ തുടങ്ങുന്നു. ക്ലാസിലേക്ക് കയറുന്നതിന് തൊട്ട് മുൻപ് അവൾ വൈശാഖിനെ ഒന്ന് തിരിഞ്ഞ് നോക്കി. വൈശാഖ് ഗൗരവത്തോടെ തന്നെയാണ് നിക്കുന്നത്. അനുപമ അൽപ്പം നിരാശയോടെ ക്ലാസിലേക്ക് കയറി പോകുന്നു.

കുറച്ച് ദിവസങ്ങൾക്ക് ശേഷം. അമ്പലത്തിനടുത്തുള്ള ചിറ. അനുപമ കയ്യിൽ ഒരു പുഷ്പാഞ്ചാലി പിടിച്ചുകൊണ്ട് ചിറയയുടെ സൈഡിലുള്ള റോഡിലൂടെ നടന്ന് വരുമ്പോൾ വൈശാഖിന്റെ ശബ്ദം അവൾ കേൾക്കുന്നു. 'നീയെങ്ങനെയാ അവനെ ഒഴിവാക്കണേ?' വൈശാഖിന്റെ ശബ്ദം കേട്ടതും അവൾ സംശയത്തോടെ ചുറ്റും നോക്കുന്നു. വൈശാഖിന്റെ കൂടാതെ ഒരു പെൺകുട്ടിയുടെയും ശബ്ദം അവൾക്കിപ്പോൾ കേൾക്കാൻ സാധിക്കുന്നുണ്ട്. 'ഒറ്റടിക്ക് പറഞ്ഞാ അവന് ഉൾകൊള്ളാൻ പറ്റുവോന്ന് അറിയില്ല. അതുകൊണ്ട് പയ്യെ പറഞ്ഞ് മനസ്സിലാക്കണം.' അനുപമ കുറച്ച് കൂടെ മുന്നോട്ട് നടന്ന് ചെല്ലുമ്പോൾ വൈശാഖും അഭിരാമിയും സംസാരിച്ച് നിൽക്കുന്നത് അവൾ കാണുന്നു. അനുപമ സംശയത്തോടെ അവർ കാണാതെ തന്നെ അവർ സംസാരിക്കുന്നത് നോക്കി നിൽക്കുന്നു.

അഭിരാമി 'നമ്മുടെ കാര്യം വീട്ടില് നല്ല സംശയമുണ്ട്'

'അതെങ്ങനെ?'

'ഇടക്കുള്ള ഫോൺ വിളിയും പിന്നെ എന്നും വെളുപ്പിന് എണീറ്റ് അമ്പലത്തില് വരുന്നില്ലേ. അതൊക്കെ തന്നെ'

'എന്നായാലും എല്ലാവരും അറിയേണ്ടതല്ലേ നീ എന്റെ പെണ്ണാന്ന്'

അഭിരാമി നാണംകൊണ്ട് 'അയ്യടാ...'

അനുപമയുടെ മുഖഭാവം മാറുന്നു. അവളുടെ കണ്ണിൽ നിന്ന് കണ്ണീർ തുള്ളികൾ കവിളിലൂടെ താഴേക്ക് വീഴുന്നു. അഭിരാമിയുടെയും വൈശാഖിന്റെയും കളിയും ചിരിയും അനുപമക്ക് കണ്ട് നിൽക്കാൻ ആകുന്നില്ല. അവൾ സങ്കടത്തോടെ തിരിഞ്ഞ് നടക്കുന്നു.

'അന്ന് ഞാൻ മനസ്സിലാക്കി, ആത്മാർത്ഥമായിട്ട് ആരെയും വിശ്വസിക്കാൻ പാടില്ലാന്ന്.'

ചിറയുടെ മറുസൈഡിലൂടെ സങ്കടത്തോടെ നടന്ന് പോകുന്ന ആനന്ദ്.

ഇരുപത്തിയാറ്

കോഫി ഷോപ്പ്. അനുപമ പറയുന്നതെല്ലാം ആനന്ദ് ശ്രദ്ധയോടെ കേട്ടുകൊണ്ടിരിക്കുന്നു.

'അതിന് ശേഷം ആര് വന്ന് പ്രൊപ്പോസ് ചെയ്താലും ഞാൻ മൈൻഡ് ചെയ്യാറില്ല. എനിക്ക് ആരെയും വിശ്വാസമില്ല.'

ആനന്ദിന് എന്ത് മറുപടി പറയണമെന്ന് അറിയില്ലായിരുന്നു. അവൻ അൽപ്പം പതിഞ്ഞ ശബ്ദത്തിൽ 'ആം... ആം സോറി.' ആനന്ദ് കസേരയിൽ നിന്നെഴുന്നേറ്റ് കോഫിയുടെ പൈസ ടേബിളിന്റെ മുകളിൽ വെച്ചതിന് ശേഷം പുറത്തേക്കിറങ്ങി പോകുന്നു. അവൻ കോഫി ഷോപ്പിൽ നിന്നിറങ്ങി ഫുട്ട് പാത്തിലൂടെ നടക്കുമ്പോൾ പുറകിൽ നിന്ന്, 'ഹേ... ഡോ...'

ആനന്ദ് നടത്തം നിർത്തി തിരിഞ്ഞ് നോക്കുമ്പോൾ അനുപമ ആനന്ദിന്റെ അടുത്തേക്ക് നടന്ന് വന്നുകൊണ്ട്, 'അപ്പൊ അത്രയൊക്കെ ഒള്ളൂലെ. എന്റെ കഥ കേട്ടിട്ട് ഒന്നും പറയാനില്ലേ?'

'ഞാനെന്ത് പറയാനാ?'

അനുപമ അൽപ്പം ധൈര്യത്തോടെ ആനന്ദിന്റെ കണ്ണിലേക്ക് നോക്കിക്കൊണ്ട്, 'ഓക്കെയാ.'

ആനന്ദ് ഒന്നും മനസ്സിലാവാത്തത് പോലെ നിൽക്കുന്നു.

'എഡോ, ഓക്കെയാന്ന്.'

ആനന്ദ് പെട്ടെന്ന് മനസ്സിലായപോലെ വിശ്വസിക്കാൻ പറ്റാത്ത രീതിയിൽ ചിരിക്കുന്നു.

സിറ്റുവേഷന്റെ ഫീൽ കിട്ടാൻ വേണ്ടി കഥാകാരി തന്റെ ഫോണിൽ തെലുങ്കു സിനിമയായ ടാക്സിവാലയിലെ മാട്ടേ വിനദുക എന്ന സോങ് പ്ലേ ചെയ്യുന്നു.

അനുപമ ആനന്ദിനെ നോക്കിക്കൊണ്ട് തന്നെ രണ്ടടി പിന്നോട്ട് നടന്നിട്ട് ചിരിയോടെ തിരിഞ്ഞ് നേരെ നടന്ന് പോകുന്നു. അനുപമ പോകുന്നതും നോക്കി സന്തോഷം അടക്കി പിടിക്കാൻ പറ്റാതെ നിൽക്കുന്ന ആനന്ദ്. അനുപമ നടന്ന് പോകുന്നതിനിടയിൽ ഇടക്കണ്ണിട്ട് ആനന്ദിനെ ഒന്ന് തിരിഞ്ഞ് നോക്കുന്നു. ആനന്ദിന്റെ മുഖഭാവം മാറുന്നു. അമ്പലത്തിനടുത്തുള്ള പാലത്തിൽ അഭിരാമി ആനന്ദിനെ തിരിഞ്ഞ് നോക്കിയതും ആനന്ദ് പുഞ്ചിരിയോടെ നിന്നതും അവന്റെ ഓർമ്മയിലേക്ക് കടന്ന് വന്നു. ആനന്ദിന്റെ ഫോണിലേക്ക് പെട്ടെന്നൊരു മെസേജ് നോട്ടിഫിക്കേഷൻ. അവൻ ഫോൺ എടുത്ത് നോക്കുമ്പോൾ അനുപമയുടെ മെസേജായിരുന്നു അത്, 'I know everything'. ആനന്ദിന്റെ മുഖത്ത് സന്തോഷം വിടരുന്നു. അവൻ നേരെ നോക്കുമ്പോൾ കുറച്ച് ദൂരെയായി അനുപമ എല്ലാം അറിയാം എന്ന മട്ടിൽ ചിരിയോടെ ആനന്ദിനെ നോക്കി നിന്നതിന് ശേഷം കൈ കൊണ്ട് ബൈ എന്ന് കാണിച്ച് തിരിഞ്ഞ് നടന്ന് പോകുന്നു. ആനന്ദ് പുഞ്ചിരിയോടെ അവൾ പോകുന്നതും നോക്കി നിൽക്കുന്നു.

കഥാകാരി 'ജീവിതം ഇങ്ങനെയാണ്. എല്ലാം അവസാനിച്ചുവെന്ന് തോന്നുമ്പോഴായിരിക്കും അത്ഭുതങ്ങൾ സംഭവിക്കുന്നത്. ആനന്ദിന്റെ ജീവിതത്തിലെ പുതിയ അദ്ധ്യായം ഇവിടെ തുടങ്ങുകയാണ്...'

പതിവില്ലാതെ രാത്രി ടെറസിന്റെ മുകളിൽ നിന്ന് ആനന്ദിന്റെ ഫോൺ വിളി കാണുമ്പോൾ ആന്റപ്പനും രഞ്ജിത്തിനും സംശയം തോന്നുന്നുണ്ട്. രാവിലെ എല്ലാവരും എഴുന്നേൽക്കുന്നതിന് മുൻപ് തന്നെ ആനന്ദ് എഴുന്നേറ്റ് കുളിച്ച് ഒരുങ്ങിയാണ് കോളേജിൽ പോകുന്നത്. അനുപമയും ആനന്ദും കോളേജ് ക്യാന്റീനിൽ ഇരുന്ന് സംസാരിക്കുന്നത് പ്രകാശേട്ടൻ ശ്രദ്ധിക്കുന്നുണ്ടായിരുന്നു. പ്രകാശേട്ടൻ ആനന്ദിനെ നോക്കി കളിയാക്കുന്ന രീതിയിൽ തലയാട്ടുന്നു. ആനന്ദ് ഒരു കള്ളച്ചിരിയോടെ അനുപമ തന്നോട് സംസാരിക്കുന്നതും നോക്കി ഇരിക്കുന്നു.

കോളേജ്. ഒഴിഞ്ഞ് കിടക്കുന്ന ക്ലാസ് റൂം. ജനലിലൂടെ സൂര്യരശ്മികൾ ക്ലാസ് മുറിയുടെ അകത്തേക്ക് പ്രവേശിച്ചിട്ടുണ്ട്. ആനന്ദിന് പഴയത് പോലെ താടിയും മീശയും തഴച്ച് വളർന്നിരിക്കുന്നു. അവൻ ഒരു ഡെസ്കിന്റെ മുകളിലാണ് കയറി ഇരിക്കുന്നത്. അവന്റെ തൊട്ടടുത്ത് ഒരു ബ്ലൂട്ടൂത്ത് സ്പീക്കർ വെച്ചിട്ടുണ്ട്. അനുപമ

ചുരിദാർ വേഷത്തിൽ ആനന്ദിന്റെ മുന്നിൽ നിന്ന് ക്ലാസിക്കൽ ഡാൻസ് കളിക്കുന്നു. സൂര്യ രശ്മികളുടെ സാന്നിധ്യത്തിൽ അവളുടെ കണ്ണുകൾ പതിവിലുമേറെ തിളങ്ങുന്നുണ്ടായിരുന്നു. ആനന്ദ് രണ്ട് കൈകളും ഉയർത്തി കൊള്ളാം എന്ന രീതിയിൽ ആംഗ്യം കാണിക്കുന്നതും അനുപമ ആനന്ദിന്റെ അടുത്തേക്ക് ചെന്ന് കയ്യിൽ പിടിച്ച് വലിച്ചുകൊണ്ട് ഡാൻസ് കളിക്കാൻ നിർബന്ധിക്കുന്നു. അനുപമയും ആനന്ദും ഒരുമിച്ച് ഡാൻസ് കളിക്കുമ്പോൾ അവരുടെ കണ്ണുകൾ പരസ്പരം ഉടക്കുന്നുണ്ട്. രണ്ടുപേരുടെയും ചുണ്ടുകൾ തമ്മിൽ ഒരു വിരൽ അകലം മാത്രം. അവർ പരസ്പരം കണ്ണുകളിലേക്ക് തന്നെ നോക്കി നിൽക്കുന്നു. അവൻ ചുംബിക്കാൻ ശ്രമിക്കുമ്പോൾ അവൾ ചിരിയോടെ അവനെ തട്ടിമാറ്റി നടന്ന് പോകുന്നു. ആനന്ദ് ഒരു പുഞ്ചിരിയോടെ അവൾ പോകുന്നതും നോക്കി നിൽക്കുന്നു.

വാടക വീട്. പകൽ - ടെറസിന്റെ മുകളിൽ ഇരുന്ന് സംസാരിക്കുന്ന ആനന്ദും അനുപമയും. ആനന്ദിന്റെ തോളിൽ തല വെച്ച് ദൂരേക്ക് നോക്കികൊണ്ട് അനുപമ, 'നീ ഏറ്റവും കൂടുതൽ കാത്തിരിക്കുന്നത് എന്തിന് വേണ്ടിയാ?'

'ഫിലിം ഡയറക്ടറാകുന്ന ആ ഒരു ദിവസത്തിന് വേണ്ടി.'

'അപ്പൊ എനിക്ക് വേണ്ടി കാത്തിരിക്കില്ലേ?'

'നീയെന്നും എന്റെ കൂടെ ഇണ്ടാവൂലെ. പിന്നെന്തിനാ?'

ആ മറുപടി കേട്ടതും അനുപമ പതിയെ ചിരിക്കുന്നു.

കഥാകാരി, 'കോളേജ് സമയത്തും അല്ലാത്തപ്പോഴും ആനന്ദ് ഏറ്റവും കൂടുതൽ സമയം ചിലവഴിക്കുന്നത് അനുപമയായിട്ടാണ്. രഞ്ജിത്തിനെയോ ആന്റപ്പനെയോ പറ്റി ആനന്ദ് ഒരു നിമിഷം പോലും ചിന്തിക്കാറില്ല, അവർ കോളേജിൽ അവിടെയും ഇവിടെയുമൊക്കെയായിട്ട് കറങ്ങി തിരിഞ്ഞ് നടക്കുന്നുണ്ട്. വല്ലപ്പോഴും കോളേജിൽ വെച്ചോ, രാത്രി റൂമിൽ കിടക്കാൻ വരുമ്പോഴൊക്കെയാണ് അവർ ആനന്ദിനെ കാണുന്നത് തന്നെ. ചിലപ്പോ അതുപോലും ഉണ്ടാവാറില്ല. സത്യത്തിൽ പ്രണയത്തിന്റെ ആ ഹണിമൂൺ പിരീഡ് ആനന്ദും അനുപമയും മതി മറന്ന് ആസ്വദിക്കുകയാണെന്ന് തന്നെ പറയാം...'

വാടക വീട്, രാത്രി - അടുക്കളയിൽ ചെറിയ രീതിയിൽ തന്റേതായ പാചകം പരീക്ഷിക്കുന്ന ആനന്ദ്. വീട്ടിൽ ആനന്ദ് ഒറ്റ

ക്കാണ്. പെട്ടെന്നൊരു കോളിംഗ് ബെൽ ശബ്ദം കേൾക്കുന്നു. അവൻ ചെന്ന് വാതിൽ തുറക്കുമ്പോൾ ഒരു നിമിഷം പോലും കളയാതെ അനുപമ വീടിന്റെ അകത്തേക്ക് കയറുന്നു. ആനന്ദ് അനുപമയെ അവിടെ ഒട്ടും പ്രതീക്ഷിച്ചിരുന്നില്ല. അവൻ അൽപ്പം ഞെട്ടലോടെ അവളെ നോക്കി നിൽക്കുന്നു.

ഒരുമിച്ച് സംസാരിച്ചുകൊണ്ടും ചിരിച്ചുകൊണ്ടും പാചകം ചെയ്യുന്ന അനുപമയും ആനന്ദും. ആനന്ദ് ഒരു കഷ്ണം വെള്ളിരിക്ക അനുപമയുടെ വായിൽ വെയ്ക്കുന്നു. എന്നിട്ട് പതിയെ അവൻ ആ വെള്ളരിക്ക പാതി കടിച്ചെടുക്കുന്നു. അനുപമ ആനന്ദിനെ തട്ടിമാറ്റിക്കൊണ്ട് ഓടി. ആനന്ദും പുറകെ ഓടി. ഹാളിൽ ചുമരിനോട് ചേർന്ന് നിൽക്കുന്ന അനുപമ. ആനന്ദ് അവളുടെ അടുത്തേക്ക് ചേർന്ന് നിൽക്കുന്നു. അവരുടെ കണ്ണുകൾ പരസ്പരം ഉടക്കി. ചുണ്ടുകൾ തമ്മിലുള്ള ദൂരം പതിയെ പതിയെ കുറഞ്ഞ് വന്നു. അവർ പരസ്പരം മതിമറന്ന് ചുംബിക്കാൻ തുടങ്ങി. മെയിൻ ഡോർ തുറന്ന് വീട്ടിലേക്ക് കയറിവരുന്ന രഞ്ജിത്തും ആന്റപ്പനും. പെട്ടെന്ന് ആനന്ദും അനുപമയും ചുംബിക്കുന്നത് നിർത്തി ചമ്മലോടെ അകന്ന് നിൽക്കുന്നു. അൽപ്പം ഞെട്ടലോടെ രഞ്ജിത്ത് ആനന്ദിനോട്, ‘എന്താടാ ഇത്. ഒരു മറയൊക്കെ വേണ്ടേ?’

ആനന്ദ് ഒന്നും മിണ്ടാതെ ചമ്മലോടെ തന്നെ നിൽക്കുന്നു.

ആന്റപ്പൻ ‘നീ പെട്ടെന്ന് ഇവളെ വീട്ടിൽ കൊണ്ട് പോയി ആക്കീട്ട് വാ. എന്നിട്ട് നമുക്കൊന്ന് സംസാരിക്കാനുണ്ട്.’

ആനന്ദ് അനുപമയെ നോക്കികൊണ്ട്, ‘നീ പുറത്തിറങ്ങി നിന്നോ ഞാനിപ്പോ വരാം.’

അനുപമ വീട്ടിൽ നിന്ന് പുറത്തേക്ക് ഇറങ്ങി പോയതും രഞ്ജിത്ത് ആനന്ദിനോട്, ‘നീയൊക്കെക്കൂടെ ഞങ്ങൾടെ വില കളയോടെ.’

‘ഒന്ന് പോയെടാ. നീയാ ബൈക്കിന്റെ കീയൊന്ന് തന്നെ. എന്റെ ബൈക്കിന് ചെറിയൊരു മിസ്സിങ്ങിണ്ട്.’

‘നോക്കി ഇരുന്നോ. ഇപ്പൊ തരാം...’ ഇതും പറഞ്ഞ് രഞ്ജിത്ത് മുറിയിലേക്ക് കയറി പോകുന്നു.

ആനന്ദ് മുറിയിലേക്ക് നോക്കികൊണ്ട്, ‘എടാ ഞാൻ അൻപത് രൂപക്ക് പെട്രോള് അടിച്ച് ഇട്ടേക്കാം’

മുറിയിൽ നിന്ന്, ‘വേണ്ടായേ...’

ആന്റപ്പൻ പതിഞ്ഞ ശബ്ദത്തിൽ, 'താക്കോല് വണ്ടിയിൽ തന്നെ കിടക്കണ്ട്. നീ എത്രേം പെട്ടെന്ന് അവളെ വീട്ടി കൊണ്ടോയാക്ക്.'

'താങ്ക്സ് അളിയാ... അവനോട് പറയണ്ടാ'

'ങാ... നീ ചെല്ല്.'

ആനന്ദ് വീടിന്റെ പുറത്തേക്കിറങ്ങി പോകുന്നു.

വീടിന്റെ പുറത്ത് രണ്ട് ബുള്ളറ്റുകൾ കിടക്കുന്നുണ്ട്. അതിനടുത്താണ് അനുപമ നിൽക്കുന്നത്. ആനന്ദ് അനുപമയുടെ അടുത്തേക്ക് ചെന്നുകൊണ്ട്, 'അവന്മാര് കേറി വരൂന്ന് ഞാൻ കരുതീലാ. പിന്നെ നീ വരൂന്ന് ഒട്ടും പ്രതീക്ഷിച്ചില്ല.'

'ചെറിയൊരു സർപ്രൈസ് ആയിക്കോട്ടേന്ന് വിചാരിച്ചു.'

'വല്ലാത്തൊരു സർപ്രൈസ് ആയിപോയി. അല്ലാ, നീ എങ്ങനാ വന്നേ?'

'ഓട്ടോ പിടിച്ച്.'

'നന്നായി.'

ആനന്ദ് രഞ്ജിത്തിന്റെ ബൈക്കിൽ കയറി ഇരുന്ന് തിരിച്ച് നിർത്തിയ ശേഷം, 'കേറ്'

'ഒരു മിനിറ്റേ.' അനുപമ ഷാൾ കൊണ്ട് കണ്ണ് മാത്രം കാണാൻ പാകത്തിന് മുഖം മൊത്തത്തിൽ മൂടി ബൈക്കിൽ കയറി ഇരിക്കുന്നു.'

ആനന്ദ് മനസ്സിലാകാത്ത രീതിയിൽ, 'ഇതെന്താ സംഭവം?'

'ഇനിയെന്നെ ആര് കണ്ടാലും തിരിച്ചറിയില്ല. എങ്ങെനെയുണ്ട്?'

ആനന്ദ് പതിയെ തലയാട്ടി കൊണ്ട്, 'നല്ലതാ.'

ബുള്ളറ്റ് സ്റ്റാർട്ട് ചെയ്ത് അവർ അവിടെ നിന്ന് പോകുന്നു.

വലിയ ആൾ സഞ്ചാരമില്ലാത്ത റോഡ്. ആനന്ദും അനുപമയും ബുള്ളറ്റിൽ വരുന്നു.

'നിർത്ത് നിർത്ത്.'

ആനന്ദ് റോഡ് സൈഡിൽ ബുള്ളറ്റ് ഒതുക്കി നിർത്തിയതും അനുപമ ബുള്ളറ്റിൽ നിന്ന് ഇറങ്ങുന്നു.

ആനന്ദ് 'എന്ത് പറ്റി?'

'ഇനിയങ്ങോട്ട് പോയാലെ ചിലപ്പോ ആരെങ്കിലും കാണും. നടന്ന് പോകാനുള്ള ദൂരമല്ലേ ഒള്ളൂ, ഞാൻ പൊക്കോളാം.'

'എന്നാ ചെന്നിട്ട് വിളിക്ക്'

'മ് മ് മ്... പിന്നേ...'

ആനന്ദ് പ്രണയത്തോടെ, 'പിന്നെ...'

അനുപമ നാണംകൊണ്ടുള്ള ചിരിയോടെ, 'ഒന്നൂലാ...'

'ഒന്നൂലെ?'

'ഇല്ലാന്നേ. ചെന്നിട്ട് വിളിക്കാം. ബൈ...'

'മ് മ് മ്...'

അനുപമ നടന്ന് പോകുന്നു. ആനന്ദ് അനുപമ പോകുന്നതും നോക്കി ബുള്ളറ്റിൽ ഇരിക്കുന്നു. അനുപമ തിരിഞ്ഞ് ആനന്ദിനെ നോക്കി പതിഞ്ഞ ശബ്ദത്തിൽ, 'പൊക്കോ.' കൈ കൊണ്ട് ഫോൺ വിളിക്കാമെന്ന് കാണിച്ചുകൊണ്ട്, 'വിളിക്കാം പോ...'

ആനന്ദ് ഒരു പുഞ്ചിരിയോടെ തലയാട്ടുന്നു. അനുപമ തിരിഞ്ഞ് നടന്ന് പോകുന്നു. അവൾ കൺമുന്നിൽ നിന്ന് മറയുന്നത് വരെ അവൻ അവിടെ തന്നെ നോക്കി ഇരുന്നു.

ഇരുപത്തിയേഴ്

കോളേജ് ക്യാന്റീൻ അടുക്കള. രാത്രി - ആനന്ദും രഞ്ജിത്തും ആന്റപ്പനുമടക്കം പത്ത് വിദ്യാർത്ഥികളും അജിത്ത് സാറും പ്രകാശേട്ടനും ജോസപ്പേട്ടനും. എല്ലാവരും നാളത്തെ സദ്യയുടെ തിരക്കിലാണ്. ആനന്ദും രഞ്ജിത്തും പച്ചക്കറി അരിയുന്നു.

രഞ്ജിത്ത്, 'അളിയാ. ഈ സവാള അരിയുമ്പോ കണ്ണീന്ന് വെള്ളം വരണതെന്താ?'

ആനന്ദ് പച്ചക്കറി അരിയുന്നത് നിർത്തിയിട്ട്, 'ശെരിക്കും ഈ തണ്ണിമത്തൻ കുമ്പളങ്ങ പോലെയല്ലേ ഇരിക്കണെ?'

'അതെ..!'

'അപ്പൊ പിന്നെന്തിനാ തണ്ണികുമ്പളങ്ങ എന്ന് പറയുന്നതിന് പകരം തണ്ണിമത്തൻ എന്ന് പറയുന്നേ?'

രഞ്ജിത്ത് ഒന്നും പറയാതെ ആലോചിച്ച് നിൽക്കുന്നു.

'ഇതിന് ഉത്തരം പറഞ്ഞാ ഞാൻ സവാളടേം പറഞ്ഞ് തരാം' ഇതും പറഞ്ഞ് ആനന്ദ് വീണ്ടും പച്ചക്കറി അരിയാൻ തുടങ്ങുന്നു. അജിത്ത് സാറും പ്രകാശേട്ടനും ആനന്ദിന്റെ അടുത്തേക്ക് വരുന്നു.

അജിത്ത് സാർ 'എന്തായി?'

ആനന്ദ് 'ഇതിപ്പോ തീരും.'

'നാളെ എല്ലാവരും ഭക്ഷണം കഴിക്കുമ്പോ ഞെട്ടണം.'

'ഞെട്ടിച്ചിരിക്കും.'

പ്രകാശേട്ടൻ രഞ്ജിത്തിനെ നോക്കിക്കൊണ്ട്, 'നീയെന്താടാ ആലോചിച്ച് നിക്കണേ?'

'എനിക്കൊരു ഡൗട്ട്. ചിലപ്പോ അത് പ്രകാശേട്ടനെ കൊണ്ട് ക്ലിയർ ചെയ്യാൻ പറ്റും.'

പ്രകാശേട്ടൻ ഒരു പതിഞ്ഞ ചിരിയോടെ, 'എന്ത് ചെയ്യാനാ ഒരൽപ്പം ബുദ്ധികൂടിപ്പോയി. എല്ലാർക്കും എന്നെ വേണം. നീ ചോദിക്കടാ.'

'ഇവിടെ നിന്ന് വേണ്ടാ. നമുക്കങ്ങോട്ട് മാറിനിക്കാം.'

പ്രകാശേട്ടൻ അൽപ്പം ഗൗരവത്തോടെ, 'അത്രക്ക് വല്യ ഡൗട്ടാ. എന്നാ വാ.'

രഞ്ജിത്ത് പ്രകാശേട്ടനെയും വിളിച്ചുകൊണ്ട് അവിടെ നിന്ന് പോകുന്നു. ആനന്ദ് അവർ പോകുന്നതും നോക്കിക്കൊണ്ട്, 'അങ്ങനെ പ്രകാശേട്ടന്റെ കാര്യത്തിലും ഒരു തീരുമാനമായി.'

വൃദ്ധസദനം. വാർദ്ധക്യം ബാധിച്ച് മക്കളുപേക്ഷിച്ച മാതാപിതാക്കളും അനാഥരും ഒരുമിച്ചിരുന്ന് ഓണസദ്യ കഴിക്കുന്നു. കോളേജിലെ വിദ്യാർഥികളാണ് കറികളും ചോറുമെല്ലാം വിളമ്പി കൊടുക്കുന്നത്. സാറുമാരും ടീച്ചേഴ്സും ഇതെല്ലാം കണ്ടുകൊണ്ട് അൽപ്പം അഭിമാനത്തോടെയും സന്തോഷത്തോടെയും നിൽക്കുന്നു. ബെന്നി സാർ അജിത്ത് സാറിനോട്, 'മക്കളെല്ലാം ഉപേഷിച്ചവർക്ക് അവരുടെ സ്ഥാനത്ത് നിന്ന് പിള്ളേരെക്കൊണ്ട് ഓണസദ്യ കൊടുക്കുക, സാറിനെങ്ങനെയാ ഇത്രേം നല്ല ഐഡിയ കിട്ടിയെ?'

'ഇത് എന്റെ ഐഡിയ അല്ലടോ കുട്ടികളുടെയാ. കോളേജിലെ ഏറ്റവും തല്ലിപ്പൊളി ബാച്ചെന്ന് എല്ലാരും വിധിയെഴുതിയ ഒരു ബാച്ചിന്റെ ഐഡിയ.'

എല്ലാവരുടെയും മുഖത്ത് നല്ലൊരു സദ്യ കഴിച്ചതിന്റെ സന്തോഷം പ്രകടമായിരുന്നു. ചോറ് വിളമ്പിക്കൊണ്ടിരുന്ന രഞ്ജിത്തിന് ഒരു ഫോൺ കോൾ വരുന്നു. ചോറും പാത്രം അടുത്ത് നിന്ന പയ്യനെ ഏല്പിച്ചതിന് ശേഷം കോൾ അറ്റൻഡ് ചെയ്യുന്നു. ഫോണിന്റെ മറുവശത്ത് നിന്ന് മറുപടി കിട്ടിയതും സന്തോഷത്തോടെ ഇരുന്ന രഞ്ജിത്തിന്റെ മുഖഭാവം മാറുന്നു. രഞ്ജിത്ത് നിൽക്കുന്നതിന്റെ ഓപ്പോസിറ്റ് പന്തിയിൽ കറി വിളമ്പി കൊണ്ടിരുന്ന ആനന്ദിനെ അവൻ സങ്കടത്തോടെ നോക്കി നിൽക്കുന്നു. ആനന്ദ് രഞ്ജിത്തിനെ ശ്രദ്ധിക്കുന്നു. അവൻ എന്ത് പറ്റി എന്ന രീതിയിൽ തലകൊണ്ട് ആംഗ്യത്തിൽ ചോദിക്കുന്നു. രഞ്ജിത്ത് സങ്കടത്തോടെ തന്നെ ആനന്ദിനെ നോക്കി നിൽക്കുന്നു.

ആനന്ദിന്റെ വീട് - തേപ്പ് കഴിയാത്ത, രണ്ട് മുറിയും ഒരു അടുക്കളയുമുള്ള ചെറിയ വാർക്ക വീടാണ് ആനന്ദിന്റേത്. വീടിന്

മുറ്റത്ത് കറുത്ത പടത വലിച്ച് കെട്ടിയിരിക്കുന്നു. അയൽവക്കക്കാരും ബന്ധുക്കളും വീടിന് മുന്നിൽ കൂട്ടം കൂടി നിൽക്കുന്നുണ്ട്. ആനന്ദും രഞ്ജിത്തും ആന്റപ്പനും അജിത്ത് സാറിന്റെ കാറിൽ അവിടെ വന്നിറങ്ങുന്നതും ആളുകളെല്ലാം ആനന്ദിനെ സഹതാപത്തോടെ നോക്കുന്നു. ആനന്ദ് ഒരു നെടുവീർപ്പോടെ വീടിനകത്തേക്ക് ഓടി കയറി. ഹാളിൽ ലക്ഷ്മിയുടെ (ആനന്ദിന്റെ അമ്മ) മൃതശരീരത്തിന് മുന്നിൽ സുരേന്ദ്രൻ ഒന്നും മിണ്ടാതെ സങ്കടത്തോടെ ഇരിക്കുന്നു. ചുറ്റും അടുത്ത ബന്ധുക്കളും അയൽവാസികളും നിൽക്കുന്നുണ്ട്. ഹാളിലേക്ക് ഓടി കയറി വന്നതും ലക്ഷ്മിയുടെ മൃതശരീരം കണ്ട ആനന്ദ് നിശ്ചലനായി കുറച്ച് നേരം നിന്നു. ആ കാഴ്ച അവന് ഉൾക്കൊള്ളാൻ പറ്റുന്നുണ്ടായിരുന്നില്ല. നെടുവീർപ്പ് ഒരു വിതുമ്പലായി മാറി, പതിയെ അത് പൊട്ടിക്കരച്ചിലിലേക്ക് പരിണമിച്ചു.

'അമ്മാ...'

സുരേന്ദ്രൻ സങ്കടത്തോടെ ആനന്ദിനെ നോക്കി ഇരുന്നു. ആനന്ദ് ലക്ഷ്മിയുടെ മൃതശരീരത്തിനടുത്ത് ചെന്നിരുന്ന് കരച്ചിലോടെ, 'അമ്മേ...' അവൻ ലക്ഷ്മിയെ കെട്ടിപ്പിടിച്ച് പൊട്ടിക്കരയുന്നു. കുറച്ചുപേർ അവനെ സങ്കടത്തോടെ പിടിച്ച് മാറ്റാൻ ശ്രമിക്കുന്നുണ്ടെങ്കിലും ഒന്നും ഫലവത്തായില്ല. അവൻ കരഞ്ഞു കൊണ്ട് ലക്ഷ്മിയുടെ അടുത്ത് തന്നെ നിൽക്കാൻ ശ്രമിക്കുന്നു. ഇത് കണ്ടുകൊണ്ട് അവിടെ നിന്ന അമ്മമാരുടെ കണ്ണുകളിൽ നിന്നും സങ്കട കണ്ണീർ വാർന്നൊഴുകി. ആനന്ദിനെ ബലം പ്രയോഗിച്ച് അവിടെ നിന്നും മാറ്റി കൊണ്ടുപോകുന്നു. ഇതെല്ലാം കണ്ടുകൊണ്ട് അനക്കമില്ലാതെ കിടക്കുന്ന ലക്ഷ്മി.

കുറച്ച് ദിവസങ്ങൾക്ക് ശേഷം, ആനന്ദ് വീടിന്റെ സിറ്റൗട്ടിൽ വിജനതയിലേക്ക് നോക്കിയിരിക്കുന്നു. സുരേന്ദ്രൻ വീടിനകത്ത് നിന്ന് ഇറങ്ങി വിഷമത്തോടെയിരിക്കുന്ന ആനന്ദിന്റെ അടുത്ത് വന്നിരുന്നുകൊണ്ട്,

'അനന്ദു.'

ആനന്ദ് സങ്കടത്തോടെ തന്നെ സുരേന്ദ്രനെ നോക്കുന്നു.

'നമുക്കൊരിടം വരെ പോയാലോ?'

സുരേന്ദ്രനെ തന്നെ നോക്കിയിരിക്കുന്ന ആനന്ദ്.

അയ്യപ്പൻ മുടി. മലകൾ പ്രൗഢിയോടെ തല പൊക്കി നിൽ

ക്കുന്ന ഒരിടം. അഞ്ച് മിനിറ്റ് കൊണ്ട് ആരോഗ്യമുള്ള ആർക്കും എളുപ്പത്തിൽ കയറാൻ പറ്റിയ ഒരു കുഞ്ഞ് മല. കയറി വരുമ്പോൾ തന്നെ മുകളിൽ ഒരു ചെറിയ അയ്യപ്പന്റെ അമ്പലം ഉള്ളതുകൊണ്ട് ഇത് അയ്യപ്പൻമുടി എന്നറിയപ്പെടുന്നു. മുകളിൽ നിന്നാൽ അങ്ങ് ദൂരേക്കും വിശാലമായി പടർന്ന് കിടക്കുന്ന മലകൾ കാണാം. താഴെ ഏക്കറ് കണക്കിന് വളർന്ന് പന്തലിച്ച് കിടക്കുന്ന റബർ തോട്ടങ്ങളും. മഴ പെയ്ത് തോർന്ന അന്തരീക്ഷം. ആനന്ദും സുരേന്ദ്രനും അയ്യപ്പൻമുടിയുടെ മുകളിൽ നിൽക്കുന്നു. ആനന്ദ് അൽപ്പം കിതപ്പോടെ, 'ഇവിടെ എന്താ?'

സുരേന്ദ്രൻ മറുപടി കൊടുക്കാതെ അവിടെ നിലത്തിരുന്ന് താഴേക്ക് നോക്കുന്നു. ആനന്ദും ഒന്നും മനസ്സിലാവാതെ സുരേന്ദ്രന്റെ കൂടെ ഇരിക്കുന്നു. സുരേന്ദ്രൻ ദൂരെയുള്ള മലകളിലേക്ക് നോക്കിക്കൊണ്ട്, 'നീ ഇതിന് മുൻപ് ഇവിടെ വന്നിട്ടുണ്ടോ?'

'രണ്ട് മൂന്ന് തവണ.'

'ഞാൻ ഇടക്കൊക്കെ വരാറുണ്ട്. മനസ്സിന് സങ്കടം തോന്നുമ്പോ മാത്രം. ഇവിടെ വന്ന് കാറ്റുംകൊണ്ട് സൂര്യാസ്തമയം കണ്ടിരിക്കുമ്പോ മനസ്സിലുള്ള വിഷമങ്ങളൊക്കെ പതിയെ മറക്കും. സങ്കടം വന്നാ മദ്യത്തെ ആശ്രയിക്കൊന്നും വേണ്ട, ഇതുപോലുള്ള സ്ഥലത്ത് കുറച്ച് നേരം വന്നിരുന്നാ മതി. ദൈവം നമുക്ക് ആസ്വദിക്കാൻ വേണ്ടി ഒരുക്കിവെച്ചിരിക്കുന്നതല്ലേ ഇതൊക്കെ. ഒരു പ്രാവശ്യം വന്നാ പിന്നെ ഒരിക്കലും മറക്കില്ല.' ആനന്ദിനെ നോക്കികൊണ്ട്, 'അതുപോലെ ഇവിടെ വെച്ച് കേൾക്കുന്ന കാര്യങ്ങളും.'

ആനന്ദ് സുരേന്ദ്രനെ ശ്രദ്ധയോടെ നോക്കിയിരിക്കുന്നു.

'ലക്ഷ്മിയുടെ ഏറ്റവും വലിയ ആഗ്രഹം നിന്റെ സ്വപ്നം തന്നെയായിരുന്നു. വീട്ടിലെ ഒരു കാര്യവും നിന്നെ അറിയിച്ചിട്ടില്ല. അവളുടെ അസുഖത്തിനെ പറ്റിപോലും. നിന്റെ ഇഷ്ടത്തിനെല്ലാം സമ്മതം മൂളി തന്നിട്ടേയുള്ളു. പക്ഷെ, ഇനിയത് പോരാ. ജീവിതത്തെ കുറച്ചുകൂടി പക്വതയോടെ നോക്കി കാണണം. സ്വന്തം കാലിൽ നിൽക്കാൻ പഠിക്കണം. അതിനൊരു ഉറച്ച ലക്ഷ്യം വേണം. നിനക്കത് ഉണ്ടെന്ന് എനിക്കറിയാം. ഇനി കുറച്ച് മാസംകൂടിയല്ലേ ഒള്ളു. ആ ഡിഗ്രി അങ്ങ് കമ്പ്ലീറ്റ് ചെയ്യ്. അത് കഴിഞ്ഞ് എവിടുന്നെങ്കിലും കടം വാങ്ങിച്ചിട്ടായാലും നിന്റെ ആഗ്രഹം പോലെ ഫിലിം ഇൻസ്റ്റിറ്റ്യൂട്ടില് വിട്ട് ഞാൻ പഠിപ്പിക്കും.

പക്ഷെ, നീ അച്ഛനൊരു ഉറപ്പ് തരണം. നീ ആഗ്രഹിച്ച പോലെ, നിന്റെ അമ്മ ആഗ്രഹിച്ച പോലെ നീയൊരു സിനിമാ സംവിധായകൻ ആകുമെന്ന്. അതിനുവേണ്ടി പ്രയത്നിക്കുന്ന്.'

സുരേന്ദ്രൻ ആനന്ദിന് നേരെ കൈ നീട്ടുന്നു. ആനന്ദ് ഒട്ടും ആലോചിക്കാതെ സുരേന്ദ്രനെ സ്നേഹ കണ്ണീരോടെ കെട്ടിപ്പിടിക്കുന്നു. സുരേന്ദ്രന്റെ കണ്ണുകളും ചെറുതായി നിറഞ്ഞിരുന്നു.

ഇരുപത്തിയെട്ട്

വാടക വീട്. പകൽ - ആന്റപ്പൻ ഹാളിൽ കീ പാഡ് ഫോണിൽ എന്തോ നോക്കിക്കൊണ്ടിരിക്കുന്നു. പെട്ടെന്നാണ് വീടിന്റെ വാതിലിൽ ആരോ മുട്ടുന്ന ശബ്ദം കേൾക്കുന്നത്. ആന്റപ്പൻ അവിടെ നിന്ന് എഴുന്നേറ്റ് ചെന്ന് വാതിൽ തുറക്കുന്നതും രഞ്ജിത്തും ആനന്ദും അകത്തേക്ക് കയറുന്നു. ആനന്ദിന്റെ കയ്യിൽ ഒരു ട്രാവൽ ബാഗുമുണ്ട്.

ആന്റപ്പൻ 'എങ്ങനെയുണ്ടായിരുന്നെടാ യാത്രയൊക്കെ?'

ആനന്ദ് അൽപ്പം പതിഞ്ഞ ശബ്ദത്തിൽ, 'കുഴപ്പോല്ലായിരുന്നു.'

ആനന്ദ് ബാഗുമായി മുറിയിലേക്ക് കയറി പോകുന്നു. ആന്റപ്പൻ രഞ്ജിത്തിന്റെ അടുത്തേക്ക് നീങ്ങി ചെന്ന് പതിഞ്ഞ ശബ്ദത്തിൽ, 'നീയവനോട് പറഞ്ഞോ?'

'ഇല്ലാ, ഈ അവസ്ഥേല് എങ്ങനെ പറയാനാ?'

'ശ്ശെ, പറയാനും വയ്യ പറയാതിരിക്കാനും വയ്യാത്ത അവസ്ഥയായി പോയല്ലോ.'

ആനന്ദ് മുറിയിൽ നിന്ന് ഇറങ്ങി വരുമ്പോൾ അൽപ്പം ടെൻഷനോടെയും ഗൗരവത്തോടെയും നിൽക്കുന്ന ആന്റപ്പനെയും രഞ്ജിത്തിനെയുമാണ് കാണുന്നത്.

'എന്താടാ രണ്ട് പേർക്കും എന്താ പറ്റിയെ?'

ആന്റപ്പനും രഞ്ജിത്തും പരസ്പരം ടെൻഷനോടെ നോക്കുന്നു. ആനന്ദ് സംശയത്തോടെ, 'എന്താന്ന്?'

രഞ്ജിത്ത് ആനന്ദിനെ നോക്കി ടെൻഷനോടെ, 'എടാ ഞാൻ പറയുന്നത് നീ സമാധാനത്തോടെ കേൾക്കണം. ചാടി കയറിയൊന്നും ചെയ്യരുത്.'

ആനന്ദും അൽപ്പം ഗൗരവത്തോടെ, 'നീ കാര്യം പറ'

'ഇന്ന് അനുപമേടെ കല്ല്യാണാ. നിന്റേം അവൾടേം കാര്യം വീട്ടിലറിഞ്ഞു. അതുകൊണ്ട് ഓടി പിടിച്ച് നടത്തുന്നതാ.'

ഇത് കേട്ടതും രണ്ടാമതൊന്ന് ചിന്തിക്കാൻ നിൽക്കാതെ ആനന്ദ് ദേഷ്യത്തോടെ അവിടെ നിന്ന് ഇറങ്ങി പോകാൻ ശ്രമിക്കുന്നു. ആന്റപ്പനും രഞ്ജിത്തും കൂടി ആനന്ദിനെ പെട്ടെന്ന് തടഞ്ഞ് നിർത്തുന്നു.

ആന്റപ്പൻ 'നീയിതെങ്ങോട്ടാ പോണേ. ഇങ്ങ് വന്നേ.'

ആനന്ദ് ബലം പ്രയോഗിച്ച് രഞ്ജിത്തിനെയും ആന്റപ്പനെയും തട്ടിമാറ്റാൻ ശ്രമിച്ചുകൊണ്ട്, 'വിടടാ... എനിക്ക് പോണം.'

രഞ്ജിത്തും ആന്റപ്പനും ആനന്ദിനെ വിടാതെ പിന്നോട്ട് വലിക്കുന്നു.

ആന്റപ്പൻ 'നീയെങ്ങോട്ടും പോണ്ടാ.'

ആനന്ദ് ദേഷ്യത്തിൽ, 'നിന്നോട് വിടാനാ പറഞ്ഞെ.'

രഞ്ജിത്ത് ദേഷ്യത്തിൽ പിടിവിട്ട് ആനന്ദിനെ മുന്നോട്ട് ഉന്തി വിടുന്നു. 'എന്നാ പോ... എങ്ങോട്ടാന്ന് വെച്ചാ പോ. പോയി തൊലയ്.'

ആനന്ദ് അനങ്ങാതെ വാതിലിനരുകിൽ താഴേക്ക് നോക്കി സങ്കടത്തോടെ നിൽക്കുന്നു. രഞ്ജിത്തിന്റേയും ദേഷ്യം സങ്കടമായി മാറുന്നു, 'പോയിട്ട് കാര്യമില്ലെടാ, അവൾടെ കെട്ടൊക്കെ രാവിലെ കഴിഞ്ഞ് കാണും.'

ആനന്ദ് സങ്കടത്തോടെ വാതിലിലേക്ക് ചാരി. എന്താ ചെയ്യേണ്ടതെന്നും, എങ്ങനെ സമാധാനിപ്പിക്കുമെന്നുമറിയാതെ നിസ്സഹായരായി നിൽക്കുന്ന ആന്റപ്പനും രഞ്ജിത്തും. മുറിയിൽ നിന്ന് ആനന്ദിന്റെ ഫോൺ ബെല്ലടിക്കുന്നത് കേൾക്കുന്നു. ആന്റപ്പൻ ആനന്ദിനെ ഒന്ന് നോക്കിയതിന് ശേഷം മുറിയിലേക്ക് കയറി പോകുന്നു. രഞ്ജിത്ത് ആനന്ദിന്റെ അടുത്തേക്ക് ചെന്നുകൊണ്ട്, 'ഡാ... നീയിങ്ങനെ വിഷമിച്ച് നിന്നിട്ട് ഒരു കാര്യോല്ല.'

പെട്ടെന്നാണ് ആന്റപ്പന്റെ ശബ്ദം മുറിയിൽ നിന്ന് അവരുടെ കാതുകളിൽ പതിഞ്ഞത്, 'ആനന്ദേ...'

രഞ്ജിത്തും ആനന്ദും മുറിയിലേക്ക് നോക്കുന്നു. ആന്റപ്പൻ മുറിയിൽ നിന്ന് ആനന്ദിന്റെ ഫോണുമായി ഇറങ്ങി വന്നുകൊ

ണ്ട് ഞെട്ടലോടെ, 'അനുപമ...'

ആനന്ദും ഒരു ഞെട്ടലോടെ ഫോണിലേക്ക് തന്നെ നോക്കി നിൽക്കുന്നു.

അനുപമയുടെ വീട് - പഴയ നാലുകെട്ട് തറവാട് രീതിയിലാണ് വീട് പണിതിട്ടുള്ളത്. വീട് കല്യാണത്തിന് വേണ്ടി അലങ്കരിച്ചിരിക്കുന്നു. മുറ്റത്ത് അനുപമയുടെ കുറച്ച് ബന്ധുക്കൾ നിൽക്കുന്നുണ്ട്. ആനന്ദും രഞ്ജിത്തും ആന്റപ്പനും രണ്ട് ബുള്ളറ്റുകളിലായി വീടിന് മുന്നിൽ വന്നിറങ്ങുന്നു. എല്ലാവരും ആനന്ദിനെ ദേഷ്യത്തോടെയാണ് നോക്കി നിൽക്കുന്നത്. അവർ മൂന്ന് പേരും ചെറിയ പേടിയോടെ മുന്നോട്ട് നടക്കുന്നു. അനുപമയുടെ ചേട്ടൻ അനുരാഗ് ആനന്ദിനെ കാത്ത് വീടിന്റെ സിറ്റൗട്ടിൽ നിൽക്കുന്നുണ്ടായിരുന്നു. ആനന്ദ് അനുരാഗിന്റെ അടുത്തേക്ക് വരുന്നതും അയാൾ ദേഷ്യത്തോടെ, 'വാ...'

അനുരാഗ് വീടിനകത്തേക്ക് കയറി പോകുന്നു. ആനന്ദ് അൽപ്പം സംശയത്തോടെ ആന്റപ്പനെയും രഞ്ജിത്തിനെയും തിരിഞ്ഞ് നോക്കി.

രഞ്ജിത്ത് 'ചെല്ലടാ...'

അവൻ തിരിഞ്ഞ് കുറച്ച് നേരം നോക്കി നിന്നതിന് ശേഷം ധൈര്യത്തോടെ വീട്ടിലേക്ക് കയറി പോകുന്നു. രഞ്ജിത്തും ആന്റപ്പനും ടെൻഷനോടെ അകത്തേക്ക് നോക്കി നിൽക്കുമ്പോൾ ആരോ വാതിൽ അകത്ത് നിന്ന് അടച്ച് പൂട്ടുന്നു.

ആനന്ദിന്റെ വീട് - സുരേന്ദ്രൻ ഹാളിൽ ഇരുന്ന് ടിവിയിൽ വാർത്ത കാണുകയാണ്. ഹാളിലെ ചുമരിൽ ലക്ഷ്മിയുടെ ഫോട്ടോ ഫ്രെയിം ചെയ്ത് തൂക്കിയിട്ടിട്ടുണ്ട്. പെട്ടെന്ന് കോളിംഗ് ബെൽ ശബ്ദം കേൾക്കുന്നു. സുരേന്ദ്രൻ സംശയത്തോടെ വാതിലിലേക്ക് നോക്കിയതിന് ശേഷം പതിയെ അവിടെ നിന്നെഴുന്നേറ്റ് ചെന്ന് വാതിൽ തുറക്കുന്നു. വീടിന് പുറത്ത് ആനന്ദും അനുപമയുടെ അച്ഛൻ വിജയനും അനുരാഗുമാണ് ഉണ്ടായിരുന്നത്. സുരേന്ദ്രനെ കണ്ടതും വിജയൻ, 'ഞങ്ങൾക്ക് മകനെ പറ്റിയൊരു കാര്യം സംസാരിക്കാനുണ്ടായിരുന്നു. അകത്തിരുന്ന് സംസാരിക്കുന്നതായിരിക്കും നല്ലത്.'

സുരേന്ദ്രൻ ഒന്നും മനസ്സിലാവാത്തത് പോലെ ആനന്ദിനെ നോക്കുന്നു. ആനന്ദ് ഒന്നും മിണ്ടുന്നില്ല. ശേഷം വിജയനോട്,

'കയറി വാ...'

അവർ വീട്ടിലേക്ക് കയറുന്നു. സുരേന്ദ്രൻ ടി വി ഓഫ് ചെയ്ത് എല്ലാവരോടുമായി, 'ഇരിക്ക്.'

വിജയനും അനുരാഗും അവിടെ കിടന്നിരുന്ന രണ്ട് കസേരകളിൽ ഇരിക്കുന്നു. സുരേന്ദ്രനും അവരുടെ അടുത്തായി കിടന്നിരുന്ന മറ്റൊരു കസേരയിൽ ചെന്നിരിക്കുന്നു. ആനന്ദ് കുറച്ച് മാറി ചുമരിനോട് ചേർന്ന് ടെൻഷനോടെ കൈ കെട്ടി നിൽക്കുന്നു.

സുരേന്ദ്രൻ 'എന്താ സംസാരിക്കാനുണ്ടെന്ന് പറഞ്ഞെ?'

വിജയൻ 'ഇന്നെന്റെ മകൾടെ കല്യാണം നടക്കേണ്ട ദിവസമായിരുന്നു. പക്ഷെ, അത് അവള് തന്നെ മുടക്കി, നിങ്ങൾടെ മകൻ കാരണം.'

സുരേന്ദ്രൻ ഒന്നും മനസ്സിലാവാത്തത് പോലെ ഇരിക്കുന്നു.

'പ്രേമം തലക്ക് പിടിച്ചാ പിന്നെ എന്താ ചെയ്യ് കൂട്ടണേന്ന് പോലും അറിയാത്ത പ്രായാ. നാട്ടുകാരുടേം വീട്ടുകാരുടേം മുന്നില് നാണം കെട്ടത് ഞങ്ങളും. അതെങ്ങനെയാ, കഷ്ടപ്പെട്ട് വളർത്തി വലുതാക്കിയ ഞാനൊന്നും ഒന്നുമല്ലല്ലോ. ഇന്നലെ കണ്ട ഇവനല്ലേ അവൾക്ക് ഏറ്റവും വലുത്. ചീത്ത പറഞ്ഞും തല്ലിയും വളർത്തേണ്ട പ്രായൊക്കെ കഴിഞ്ഞില്ലേ. ഇനിയിപ്പോ വേറെ ഒന്നും ചെയ്യാനില്ല. അവരുടെ ആഗ്രഹം പോലെ തന്നെ നടക്കട്ടെ.'

'സാറ് പറയുന്നത് എനിക്ക് മനസ്സിലായി. കുട്ടികളായ ഈ പ്രായത്തില് അങ്ങോട്ടും ഇങ്ങോട്ടുമൊക്കെ ഇഷ്ടം തോന്നും. എന്ന് കരുതി കല്യാണം കഴിപ്പിക്കാനൊക്കെ പറ്റോ. അവര് പഠിക്കേണ്ട പ്രായല്ലേ?'

'നിങ്ങൾക്കങ്ങനെ പറയാം. കാരണം നിങ്ങൾക്കൊരു മകനല്ലേ ഒള്ളു. പക്ഷെ, എനിക്കങ്ങനെയല്ല. അനുപമക്ക് താഴെ ഒരു പെൺകുട്ടികൂടിയുണ്ടെനിക്ക്, അവളൊരിക്കലും തന്റെ ചേച്ചിയെ കണ്ട് പഠിക്കരുതെന്നൊരു ആഗ്രഹമുണ്ട്.' സുരേന്ദ്രന് നേരെ കൈ കൂപ്പിക്കൊണ്ട്, 'അതുകൊണ്ട് ദയവ് ചെയ്ത് ഇതിന് സമ്മതിക്കണം. ഒരച്ഛന്റെ അപേക്ഷയായി കണ്ടാ മതി.'

സുരേന്ദ്രൻ ഒന്നും മിണ്ടാതെ തല കുനിച്ചിരിക്കുന്നു. വിജയനും അനുരാഗും കസേരയിൽ നിന്നെഴുന്നേൽക്കുന്നു. വിജയൻ ആനന്ദിന്റെ അടുത്തേക്ക് ചെന്നുകൊണ്ട് ഗൗരവത്തോടെ,

'നീ ആദ്യം പഠിച്ച് നല്ലൊരു ജോലി വാങ്ങിക്ക്. എന്നിട്ട് ഞാൻ നടത്തി തരും നിങ്ങൾടെ കല്യാണം. പക്ഷെ, അതിന് മുൻപ് എന്തെങ്കിലും വേണ്ടാതീനം കാണിച്ച് വെച്ചാൽ ഇപ്പൊ സംസാരിക്കുന്നത് അനുപമേടെ അച്ഛനായിട്ടായിരിക്കും. പക്ഷെ, അന്ന് അങ്ങനെയായിരിക്കില്ല.'

ആനന്ദ് ഒന്നും മിണ്ടാതെ പേടിയോടെ നിൽക്കുന്നു. വിജയനും അനുരാഗും അവിടെ നിന്ന് ഇറങ്ങി പോകുന്നു. ആനന്ദ് പതിയെ സുരേന്ദ്രനെ നോക്കിക്കൊണ്ട്, 'അ... അച്ഛാ...'

സുരേന്ദ്രൻ ദേഷ്യത്തോടെ കസേരയിൽ നിന്നെഴുന്നേറ്റ് വന്ന് ആനന്ദിന്റെ കരണത്തേക്ക് ആഞ്ഞടിക്കുന്നു.

ഇരുപത്തിയൊൻപത്

കുറച്ച് ആഴ്ചകൾക്ക് ശേഷം.

കോളേജ് - അനുപമ ആനന്ദിനെ കാത്ത് ബൈക്ക് പാർക്കിംഗ് ഏരിയയിൽ നിൽക്കുന്നു. കുറച്ച് കഴിഞ്ഞ് ആനന്ദ് ഒറ്റക്ക് അവിടേക്ക് വന്നുകൊണ്ട്, 'എന്താ അർജന്റ് ആയിട്ട് കാണണോന്ന് പറഞ്ഞെ?'

'നാളെ എന്റെയൊപ്പം പ്ലസ് ടുവിൽ പഠിച്ച രാധികേടെ കല്യാണാ.'

'എവിടെ വെച്ചാ?'

'ആലപ്പുഴ, അപ്പോയിന്ന് പോണം.'

'രണ്ട് ദിവസല്ലേ കുഴപ്പോല്ലാ. ചെന്നിട്ട് വിളിക്ക്.'

അനുപമ പെട്ടെന്ന് ആനന്ദിനെ കെട്ടി പിടിക്കുന്നു. ആനന്ദ് അൽപ്പം നാണത്തോടെ, 'ഏയ്... എന്താ ഇത്. ആരെങ്കിലും കാണും.'

'ഇനിയിപ്പോ കണ്ടാലെന്താ?'

ആനന്ദ് അനുപമയെ പിടിച്ച് നേരെ നിർത്തിയിട്ട്, 'സൂക്ഷിച്ചൊക്കെ പോ.'

'ബൈ...'

അനുപമ ആനന്ദിൽ നിന്ന് അകന്ന് ചെറിയ പുഞ്ചിരിയോടെ തിരിഞ്ഞ് നടന്ന് പോകുന്നു. ആനന്ദ് അവൾ പോകുന്നതും നോക്കി നിൽക്കുന്നു.

ടൗൺ - റോഡിന് നല്ല വീതിയുണ്ട്. അനുപമയും രശ്മിയും സ്കൂട്ടറിൽ വരുന്നു. അനുപമയാണ് സ്കൂട്ടർ ഓടിക്കുന്നത്. പെട്ടെന്ന് എന്തോ ഓർമ്മവന്നപോലെ അവൾ സ്കൂട്ടർ ഒതുക്കി നിർത്തുന്നു.

രശ്മി 'എന്ത് പറ്റി?'

'നമ്മള് ഗിഫ്റ്റ് ഒന്നും വാങ്ങിച്ചില്ലല്ലോ'

'അത് നാളെ വാങ്ങിച്ചാൽ പോരെ?'

'അതിന് നാളെ എവിടെ സമയം കിട്ടാനാ. ഇപ്പൊ തന്നെ വാങ്ങിക്കൊണ്ട് പോവാം. നീ ഇറങ്ങിയേ'

രശ്മി സ്കൂട്ടറിൽ നിന്നിറങ്ങുന്നു. അനുപമ സ്കൂട്ടർ കുറച്ച്കൂടെ സൈഡിലേക്ക് ഒതുക്കി പാർക്ക് ചെയ്തിട്ട് ഇറങ്ങുന്നു. അവർ റോഡ് ക്രോസ്സ് ചെയ്ത് ഓപ്പോസിറ്റ് സൈഡിലേക്ക് കടക്കാൻ ശ്രമിക്കുമ്പോൾ അനുപമയുടെ കയ്യിൽ നിന്ന് സ്കൂട്ടറിന്റെ താക്കോൽ നിലത്ത് വീഴുന്നു. രശ്മി ഇത് ശ്രദ്ധിക്കാതെ റോഡ് ക്രോസ് ചെയ്ത് അപ്പുറത്തെത്തിയിരുന്നു. അനുപമ താക്കോൽ എടുക്കാൻ കുനിഞ്ഞ് നിവരുമ്പോൾ റോഡിലൂടെ അതിവേഗത്തിൽ വന്ന സ്വിഫ്റ്റ് ഡിസൈർ കാർ അനുപമയെ ഇടിക്കാതിരിക്കാൻ ഹോൺ മുഴക്കിക്കൊണ്ട് സഡൻ ബ്രേക്ക് ഇട്ട് ഇടിച്ചു ഇടിച്ചില്ലാ എന്ന മട്ടിൽ നിർത്തുന്നു. ഒരു നിമിഷത്തേക്ക് ഹൃദയം നിലച്ച് പോയത് പോലെ അവൾ അനങ്ങാതെ അവിടെ തന്നെ നിന്നു. അനുപമക്ക് കുഴപ്പമൊന്നുമില്ല എന്ന് മനസ്സിലാക്കിയ ശേഷം കാറിൽ ഇരുന്ന ഒരു 35 വയസ് പ്രായം തോന്നിക്കുന്ന ആൾ ദേഷ്യത്തിൽ, 'നീയൊക്കെ എവിടെ നോക്കി നടക്കുവാ ബാക്കിയുള്ളവരേം കൂടി മെനക്കേടാക്കാൻ.'

'സോറി... സോറി...' എന്ന് മറുപടി നൽകി വിഷയം കൂടുതൽ പ്രശ്നമാക്കാതെ അനുപമ ആ ഷോക്കിൽ തന്നെ പെട്ടെന്ന് റോഡ് ക്രോസ് ചെയ്യാൻ ശ്രമിക്കുമ്പോൾ പ്രതീക്ഷിക്കാതെ സ്വിഫ്റ്റ് ഡിസൈർ കാറിനെ അതിവേഗത്തിൽ ഓവർ ടെക്ക് ചെയ്ത് വന്ന ഒരു ഇന്നോവാ കാർ അവളെ ഇടിച്ച് തെറിപ്പിക്കുന്നു. ഇത് കണ്ട് നിന്ന രശ്മി ഞെട്ടലോടെ 'അനൂ...'

കോളേജ്. ക്ലാസ് റൂം - ആനന്ദും രഞ്ജിത്തും ആന്റപ്പനും ക്ലാസ്സിൽ ഒരു ബെഞ്ചിലാണ് ഇരിക്കുന്നത്. ബോബി സാർ ഇംഗ്ലീഷ് പഠിപ്പിച്ചുകൊണ്ടിരിക്കുകയാണ്. ആനന്ദിന്റെ ഫോൺ ഡെസ്കിന്റെ അടിയിൽ ഇരുന്ന് റിംഗ് ചെയ്യുന്നു. ഫോൺ സൈലന്റ് ആയതുകൊണ്ട് റിംഗ് ചെയ്യുന്നത് ആനന്ദ് അറിയുന്നില്ല.

ആംബുലൻസിൽ മരണത്തെ മുഖാമുഖം കണ്ട് കിടക്കുന്ന അനുപമ. തൊട്ടടുത്ത് കരഞ്ഞുകൊണ്ടിരിക്കുന്ന രശ്മി.

കോളേജ് - ആനന്ദും ആന്റപ്പനും രഞ്ജിത്തും സംസാരിച്ചു കൊണ്ട് വരാന്തയിലൂടെ നടന്ന് വരുന്നു. ആനന്ദ് ഫോൺ സൈലന്റിൽ നിന്ന് മാറ്റാൻ എടുക്കുമ്പോൾ തന്നെ വീണ്ടും കോൾ വരുന്നു. അനുപമയാണ് വിളിക്കുന്നതെന്ന് അറിഞ്ഞതും ആനന്ദ് സന്തോഷത്തോടെ തന്നെ കോൾ അറ്റൻഡ് ചെയ്യുന്നു.

'ഹാലോ അനൂ...'

ആനന്ദിന്റെ മുഖത്തെ സന്തോഷം പതിയെ മായുന്നു.

ഹോസ്പിറ്റൽ. ആനന്ദ് വരാന്തയിലൂടെ സങ്കടത്തോടെ ഓടിവരുന്നു. തൊട്ട് പുറകിൽ ആന്റപ്പനും രഞ്ജിത്തുമുണ്ട്. വരാന്തയിൽ സ്ട്രച്ചറിൽ മൂടിയിട്ടിരിക്കുന്ന അനുപമയുടെ മൃതശരീരത്തിനരികിൽ സങ്കടത്തോടെ നിൽക്കുന്ന വിജയനും അനുരാഗും രശ്മിയും. വിജയൻ സങ്കടത്തോടെ ആനന്ദിനെ നോക്കുന്നു. അവൻ പതിയെ അനുപമയുടെ മുഖത്ത് നിന്ന് മൂടിയിട്ടിരിക്കുന്ന വെള്ളത്തുണി മാറ്റുന്നു. അവളുടെ നെറ്റിയിൽ ചോര കട്ടപിടിച്ച് കിടക്കുന്നുണ്ട്. അനക്കമില്ലാത്ത അനുപമയുടെ ശരീരം കണ്ടപ്പോൾ ആനന്ദ് പൊട്ടി കരഞ്ഞില്ല. അവന്റെ കണ്ണിൽ നിന്ന് കണ്ണുനീർ തുള്ളി ഒഴുകുന്നുണ്ടെങ്കിലും അനുപമയെ പോലെ അവനും നിശ്ചലനായി മാറികഴിഞ്ഞിരുന്നു. അനങ്ങാതെ, ഒന്നും മിണ്ടാതെ, കണ്ണീരോടെ അനുപമയെ നോക്കി നിൽക്കുന്ന ആനന്ദ്.

മുപ്പത്

ഗിരീഷിന്റെ വീട് - കഥാകാരി പറയുന്ന കഥ ശ്രദ്ധയോടെ കേട്ടിരിക്കുന്ന ഗിരീഷ്.

കഥാകാരി 'അനുപമയുടെ ഓർമ്മയിൽ ജീവിക്കുന്ന ആനന്ദിനെ കാണിക്കുന്നതോടെ സിനിമ അവസാനിക്കുന്നു.'

കഥ കേട്ട് കഴിഞ്ഞ് ഒന്നും പറയാതെ കുറച്ച് നേരം കാര്യമായി ആലോചിച്ചതിന് ശേഷം ഗിരീഷ്, 'കഥ കുഴപ്പമില്ല. പക്ഷെ, എവിടെയോ കേട്ട് പഴകിയപോലെ. ഒരു ക്ലീഷേ ഫീലിംഗ്.'

'സത്യം പറഞ്ഞാ നമ്മുടെ ജീവിതം തന്നെ ഒരു ക്ലീഷേ അല്ലെ.'

'അതും ശെരിയാണ്. പക്ഷെ, ഇതില് നായികക്ക് പകരം നായകൻ മരിച്ചിരുന്നേൽ കുറച്ചൂടെ നന്നായേനെ.'

'ഞാൻ നേരത്തെ പറഞ്ഞതാണ്. ഇതൊരു റിയൽ സ്റ്റോറിയിൽ നിന്ന് ഇൻസ്പെയർ ചെയ്ത് എഴുതിയ കഥയാ.'

'മ് മ് മ്... ഓക്കേ. എന്തായാലും ഞാനൊന്ന് ആലോചിച്ചിട്ട് പറയാം. പെട്ടെന്ന് കാണുമ്പോ ഇതില് പുതുമയൊന്നും തോന്നുന്നില്ല. അതുകൊണ്ടാ.'

'അത് കുഴപ്പോലാ.' കഥാകാരി സോഫയിൽ നിന്നെഴുന്നേറ്റ് സ്ക്രിപ്റ്റ് എടുത്ത് ബാഗിലേക്ക് വെയ്ക്കുന്നു.

'ശെരിയെന്നാ, ആലോചിച്ചിട്ട് പറയാം.'

കഥാകാരി ബാഗ് എടുത്ത് നിരാശ കലർന്ന ചിരിയോടെ തിരിഞ്ഞ് നടക്കുന്നു.

'എക്സ്ക്യൂസ്മി'

കഥാകാരി തിരിഞ്ഞ് നോക്കുന്നു.

'പർവതീടെ ഫ്രണ്ട് ആണെന്നല്ലേ പറഞ്ഞെ. അവള് വിളിച്ചപ്പോ പറഞ്ഞതാണ് പക്ഷെ, പേര് ഞാൻ മറന്ന് പോയി. ങ്... ശ്രീ എന്ന് എന്തോ അല്ലെ?'

'ശ്രീലത'

'ങാ... ശ്രീലത. ഇപ്പോ ഓർമ്മകിട്ടി.'

'ശ്രീലത എന്റെ പെൻ നെയിം ആണ്. ശെരിക്കുള്ള പേര് അനു... അനുപമ ആനന്ദ്.'

പേര് കേട്ടതും അൽപ്പം ഞെട്ടലോടെ ഗിരീഷ് അനുപമയെ നോക്കുന്നു. അനുപമ സംഭവിച്ച കാര്യങ്ങൾ ഓർത്തെടുത്തുകൊണ്ട് മെല്ലെ അവിടെ നിന്ന് പുറത്തേക്ക് നടക്കുന്നു.

കോളേജ് - ബൈക്ക് പാർക്കിങ് ഏരിയയിൽ നിന്ന് കെട്ടിപിടിച്ച് നിൽക്കുന്ന ആനന്ദും അനുപമയും. അനുപമ ആനന്ദിനെ പിടിച്ച് നേരെ നിർത്തിയിട്ട്, 'സൂക്ഷിച്ചൊക്കെ പോ.'

ആനന്ദ് 'ബൈ...'

ആനന്ദ് അനുപമയിൽ നിന്ന് അകന്ന് ചെറിയ പുഞ്ചിരിയോടെ തിരിഞ്ഞ് നടന്ന് പോകുന്നു. അനുപമ അവൻ പോകുന്നതും നോക്കി നിൽക്കുന്നു.

ടൗൺ - ആനന്ദും രഞ്ജിത്തും റോഡ് ക്രോസ് ചെയ്യുന്നു. ആനന്ദിന്റെ കയ്യിൽ നിന്നും ബുള്ളറ്റിന്റെ കീ റോഡിൽ വീഴുന്നു. രഞ്ജിത്ത് ഇത് ശ്രദ്ധിക്കാതെ റോഡ് ക്രോസ് ചെയ്ത് അപ്പുറത്തെത്തിയിരുന്നു. ആനന്ദ് താക്കോൽ എടുക്കാൻ കുനിഞ്ഞ് നിവരുമ്പോൾ പ്രതീക്ഷിക്കാതെ ഒരു ഇന്നോവാ കാർ അവനെ ഇടിച്ച് തെറിപ്പിക്കുന്നു. റോഡിൽ തലയിടിച്ച് വീഴുന്ന ആനന്ദ്.

കോളേജ് - ആൽഫിയും അനുപമയും വരാന്തയിലൂടെ സംസാരിച്ചുകൊണ്ട് നടന്ന് വരുന്നു. അനുപമയുടെ ഫോൺ റിംഗ് ചെയ്യുന്നു. കോൾ അറ്റൻഡ് ചെയ്ത അനുപമയുടെ മുഖഭാവം മാറുന്നതും ഫോൺ അവളുടെ കയ്യിൽ നിന്നും താഴേക്ക് വീഴുന്നു.

ഹോസ്പിറ്റൽ. വരാന്തയിൽ സ്ട്രച്ചറിൽ മൂടിയിട്ടിരിക്കുന്ന ആനന്ദിന്റെ മൃതശരീരത്തിനരികിൽ നിൽക്കുന്ന രഞ്ജിത്തും ആന്റപ്പനും. അനുപമയും ആൽഫിയും വിഷമത്തോടെ അവരുടെ അടുത്തേക്ക് ഓടിവരുന്നു. രഞ്ജിത്ത് സങ്കടത്തോടെ അനുപമയെ നോക്കുന്നു. അവൾ പതിയെ ആനന്ദിന്റെ മുഖത്ത് നിന്ന് മൂടിയിട്ടിരിക്കുന്ന വെള്ളത്തുണി മാറ്റുന്നു. അവന്റെ നെറ്റിയിൽ ചോര

കട്ടപിടിച്ച് കിടക്കുന്നുണ്ട്. അനക്കമില്ലാത്ത ആനന്ദിന്റെ മൃതശരീരം കാണുമ്പോൾ അനുപമ ബോധംകെട്ട് നിലത്ത് വീഴുന്നു.

ഇതെല്ലാം ഓർത്തെടുത്ത് കയ്യിൽ ഹാൻഡ് ബാഗുമായി വയേർഡ് ഹെഡ്സെറ്റിൽ പാട്ട് കേട്ടുകൊണ്ട് റോഡ് സൈഡിലെ നടപ്പാതയിലൂടെ നടന്ന് വരുന്ന അനുപമ എന്ന ശ്രീലത അഥവാ കഥാകാരി.

മുപ്പത്തിയൊന്ന്

ഹോസ്പിറ്റൽ. ഡോക്ടറുടെ മുറി. Dr.ജോജു (ആനന്ദിന്റെ ഒപ്പം ട്യൂഷൻ പഠിച്ചത്) ഇരിക്കുന്നതിന്റെ ഓപ്പോസിറ്റായി ഒരു ചെയറിൽ ഇരിക്കുന്ന പാർവതി. രണ്ട് പേരുടെയും നടുക്ക് ഒരു ടേബിൾ കിടക്കുന്നുണ്ട്. പാർവതിയുടെ നെറ്റിയിലും കയ്യിലും മുറിവുകൾ കെട്ടി വെച്ചിരിക്കുന്നു. ആ റൂമിൽ വേറെ ആരുമില്ല.

'അപ്പൊ താൻ പറയുന്നത് പ്രേതത്തെ നേരിട്ട് കണ്ടുവെന്നാണോ? എനിക്ക് വിശ്വാസം വരുന്നില്ല.'

'ഡോക്ടർ സത്യമായിട്ടും. ഫേസ് ടു ഫേസ്. കൈയിൽ കിട്ടിയ കമ്പി വടി വെച്ചാ ഞാനതിനെ തടുത്തെ.'

ജോജു വിശ്വസിക്കാത്ത മട്ടിൽ ചിരിച്ചുകൊണ്ട്, 'What? കമ്പി വടി വെച്ച് പ്രേതത്തെ തടുത്തൂന്ന്. interesting. എടോ ഒന്നു മല്ലെങ്കിലും താൻ ജേണലിസം പഠിച്ചതല്ലേ. എന്നിട്ടും ഇതിലൊക്കെ വിശ്വസിക്കാന്ന് പറഞ്ഞാൽ, ഇനിയിപ്പോ വിശ്വാസമുണ്ടെങ്കിൽ തന്നെ മരിച്ചയാൾക്കാരുടെ ആത്മാക്കളെയല്ലേ ഈ പ്രേതമെന്ന് വിളിക്കുന്നെ. അതിന് ശരീരംപോലും ഉണ്ടാകില്ല. പിന്നെയെങ്ങനെ തനിക്കതിനെ തടയാൻ സാധിച്ചേ?'

പാർവതി സംശയത്തോടെ എന്തോ ഓർത്തെടുക്കാൻ ശ്രമിക്കുന്നു. പെട്ടെന്ന് ജോജു പാർവതിയുടെ പുറകിൽ എന്തോ കണ്ട് പേടിയോടെ, 'ഓ മൈ ഗോഡ്..!'

പാർവതി ജോജുവിനെ ശ്രദ്ധിക്കുന്നു. ജോജുവിന്റെ മുഖത്തെ ഭയം കാണുമ്പോൾ പാർവതിയും പെട്ടെന്ന് പേടിയോടെ തിരിഞ്ഞ് പുറകിലേക്ക് നോക്കുന്നു. അവിടെ ഒന്നും തന്നെ ഉണ്ടായിരുന്നില്ല. പാർവതി തിരിഞ്ഞ് ജോജുവിനെ നോക്കുന്നു. ജോജു പേടിയൊന്നുമില്ലാതെ സാധാരണപോലെ, 'എന്ത് പറ്റി പേടിച്ചുപോയോ?'

പാർവതി ഒന്നും മനസ്സിലാകാത്തത് പോലെ ഇരിക്കുന്നു.

'കണ്ടോ, ഇത്രേയുള്ളൂ നമ്മുടെ കാര്യം. കൂടെയുള്ള ആൾക്ക് ഭയമുണ്ടെങ്കിൽ, ഓട്ടോമാറ്റിക്കലി നമുക്കും ഭയം തോന്നും. കാരണം നമ്മളെ കണ്ട്രോള് ചെയ്യുന്നത് നമ്മുടെ മനസാ. അതു കൊണ്ട് ഉള്ളത് ഇല്ലാന്ന് തോന്നും, ചിലപ്പോ ഇല്ലാത്തത് ഉണ്ടെന്ന് തോന്നും. അതാ തന്റെ കാര്യത്തിൽ സംഭവിച്ചത്.'

പാർവതി സംശയത്തോടെയും അൽപ്പം ഭയത്തോടെയും ഇരിക്കുന്നു.

'തന്റെ കൺഫ്യൂഷൻ ഞാനിപ്പോ തീർത്ത് തരാം. ക്ലോസ് യുവർ ഐസ്'

പാർവതി സംശയത്തോടെ ജോജുവിനെ നോക്കിയിരിക്കുന്നു.

'കണ്ണടയ്ക്കടോ'

അവൾ പതിയെ കണ്ണടയ്ക്കുന്നു.

'നൗ ടേക്ക് എ ഡീപ്പ് ബ്രീത്ത്.'

ശ്വാസം ഉള്ളിലേക്ക് എടുക്കുന്നു.

'സ്ലോലി ബ്രീത്ത് ഔട്ട്'

പതിയെ ശ്വാസം പുറത്തേക്ക് വിടുന്നു.

'നൗ തിങ്ക്. തിങ്ക് ഡീപ്പ്.'

പാർവതി കണ്ണടച്ചിരുന്ന് എന്തോ ഓർക്കാൻ ശ്രമിക്കുന്നു.

'തിങ്ക് എബൗട്ട് ഇറ്റ്'

പാർവതിയുടെ മുഖത്ത് അസ്വസ്ഥത പ്രകടമായിരുന്നു.

കാട് പിടിച്ച് കിടക്കുന്ന മെന്റൽ ഹോസ്പിറ്റൽ. പേടിയോടെ നിൽക്കുന്ന ആസിഫ്. പാർവതി ഭയത്തോടെ അലറിക്കൊണ്ട് ആസിഫിന്റെ വയറിലേക്ക് കമ്പി കുത്തി കയറ്റുന്നു.

ജോജുവിന്റെ മുൻപിൽ ഇരിക്കുന്ന പാർവതിയുടെ മുഖത്ത് അസ്വസ്ഥത കൂടി വരുന്നു.

പാർവതി പേടിയോടെ രമ്യയുടെ തലക്ക് കമ്പി വടി കൊണ്ട് ആഞ്ഞടിക്കുന്നു.

പാർവതി ഞെട്ടലോടെ കണ്ണ് തുറക്കുന്നു. അവൾ നെടുവീർപ്പിട്ടുകൊണ്ട് ജോജുവിനെ നോക്കുന്നു.

പാർവതിയുടെ വീട്. രാത്രി - പാർവതി വാതിൽ തുറന്ന്

മുറിയിലേക്ക് കയറുന്നു. കയ്യിൽ ഒരു ബാഗുണ്ട്. അവൾ ആ ബാഗ് ബെഡിലേക്ക് വെക്കുമ്പോൾ Dr.ജോജു പറഞ്ഞ കാര്യങ്ങൾ അവളുടെ മനസ്സിലേക്ക് കയറിവന്നു.

'എന്താ അന്ന് നടന്നതെന്ന് താൻ ഇപ്പോഴും പറഞ്ഞിട്ടില്ല. ചിന്തിച്ചെടുക്കാൻ ബുദ്ധിമുട്ടാണെങ്കിൽ ഒരു കാര്യം ഓർത്താൽ മതി. തന്റെ ഫ്രണ്ട്സിന് എന്താ സംഭവിച്ചതെന്നുള്ള മിസ്റ്ററി തനിക്കെ അഴിക്കാൻ പറ്റു.'

പാർവതി ബാഗിൽ നിന്ന് ഒരു ഗുളിക എടുത്തുകൊണ്ട് അടുക്കളയിലേക്ക് പോകുന്നു.

'ഞാനൊരു മെഡിസിൻ തരാം. സ്ട്രെസ് തോന്നുമ്പോ അതൊരെണ്ണം കഴിച്ചാൽ മതി. പിന്നെ പണ്ടാരോ പടച്ച് വിട്ട ഒരു മിത്തിന്റെ പേരിൽ ആർക്കും ആ മെന്റൽ ഹോസ്പിറ്റലിൽ കേറാൻ പോലും ധൈര്യമില്ല. കേറിയവരൊക്കെ ഭ്രാന്ത് പിടിച്ച് തിരിച്ചിറങ്ങുന്നതുകൊണ്ടുള്ള ഭയം. എല്ലാത്തിന്റേം പ്രധാന പ്രശ്നം. ഭയം...'

പാർവതി ഫ്രിഡ്ജിൽ നിന്ന് ഒരു ബോട്ടിൽ എടുത്ത് ഗുളിക വായിലേക്കിട്ടതിന് ശേഷം വെള്ളം കുടിക്കുന്നു.

'പക്ഷെ, ഇപ്പൊ സിറ്റുവേഷൻ അതല്ല. രണ്ട് പേരാ മിസ്സിംഗ് ആയത്. ഒരു പരിധിവരെ ഭയത്തിന്റെ പേരില് പോലീസ് അവിടെ കേറാൻ മടിച്ചാലും കുറച്ച് കഴിയുമ്പോ കേറി നോക്കാതെ വേറെ വഴിയുണ്ടാകില്ല. എന്തായാലും അതിന് മുൻപ് അവര് അന്വേഷണത്തിന്റെ ഭാഗമായിട്ട് തന്നെ കാണാൻ വരും. അപ്പോഴെങ്കിലും നടന്ന കാര്യങ്ങൾ ഓർത്തെടുക്കാൻ പറ്റുവോന്ന് നോക്ക്. അഥവാ എന്റെ ഹെൽപ്പ് വേണമെങ്കിൽ കോൺടാക്ട് ചെയ്യാൻ മടിക്കേണ്ട.'

ഗുളിക കഴിച്ച് കഴിഞ്ഞിട്ടും ടെൻഷനോടെ പാർവതി വെള്ളം കുടിച്ചുകൊണ്ടിരിക്കുന്നു. പെട്ടെന്നാണ് കോളിംഗ് ബെൽ ശബ്ദം കേൾക്കുന്നത്. ഒരു നിമിഷം ചെറിയ ഭയത്തോടെ അവൾ ഡോറിലേക്ക് നോക്കിനിന്നു. ശേഷം ബോട്ടിൽ ഫ്രിഡ്ജിലേക്ക് തിരിച്ച് വെച്ച് ഹാളിലേക്ക് നടന്ന് ചെന്ന് ഡോർ തുറക്കുന്നു. വീടിന് പുറത്ത് എ എസ് ഐ മാധവനും, ഒരു ആൺ കോൺസ്റ്റബിളും, രണ്ട് പെൺ കോൺസ്റ്റബിൾസും പോലീസ് ജീപ്പിനടുത്ത് നിൽക്കുന്നു. പാർവതിയുടെ മുഖത്ത് ഭയം കൂടിവന്നു.

മുപ്പത്തിരണ്ട്

പോലീസ് സ്റ്റേഷൻ. രാത്രി - പാർവതി പേടിയോടെ എസ് ഐയുടെ മുറിയിൽ ഇരിക്കുന്നു. ഒരു ലേഡി കോൺസ്റ്റബിൾ മാത്രമാണ് പാർവതിയെ കൂടാതെ ആ മുറിയിൽ ഉണ്ടായിരുന്നത്. കുറച്ച് കഴിഞ്ഞ് എസ് ഐ സാമുവൽ മുറിയിലേക്ക് കയറി വന്ന് പാർവതിയുടെ ഓപ്പോസിറ്റ് കിടക്കുന്ന ചെയറിൽ വന്നിരിക്കുന്നു. അവരുടെ രണ്ട് പേരുടെയും നടുക്കായി ഒരു ടേബിൾ കിടക്കുന്നുണ്ട്. അതിൽ SI Samuel Jacob എന്ന നെയിം ബോർഡ് കാണാം. ടെൻഷനോടെ ഇരിക്കുന്ന പാർവതിയെ നോക്കി, 'പോലീസിനെ പേടിയാണോ?'

പാർവതി ഒന്നും മിണ്ടാതെ പേടിയോടെ തന്നെ ഇരിക്കുന്നു.

'പേടിക്കൊന്നും വേണ്ടാ. ഞാൻ ചോദിക്കുന്ന ചോദ്യങ്ങൾക്ക് കൃത്യമായ മറുപടി പറഞ്ഞാൽ പാർവതിക്ക് ഇവിടുന്ന് പോകാം.'

പാർവതി നേരെ നോക്കാതെ തല കുനിച്ച് പേടിയോടെ ഇരിക്കുന്നു.

'അനുപമയെ എത്ര നാളായിട്ട് അറിയാം?'

അവൾ ഒരു ഞെട്ടലോടെ തല പൊക്കി സാമുവലിനെ നോക്കി മനസ്സിലാവാത്തത് പോലെ, 'സാർ!?'

'പാർവതിക്ക് അനുപമയെ എത്ര നാളായിട്ട് അറിയാന്ന്?'

'ചെറുപ്പം മുതൽ'

'അപ്പൊ അനുപമയുടെ എല്ലാ കാര്യങ്ങളും തനിക്കറിയാം, അല്ലേ?'

'അങ്ങനെയല്ല, ടെൻത്ത് വരെ ഒരുമിച്ചാ പഠിച്ചേ. പിന്നെ കാണുന്നത് ഒരു മൂന്ന് മാസം മുൻപാ.'

'അപ്പൊ മൂന്ന് മാസമായിട്ട് തന്റെ കൂടെയുണ്ട്?'

'ഉണ്ട് സർ'

'കോളേജിൽ പഠിച്ചുകൊണ്ടിരുന്നപ്പോ അനുപമക്ക് എന്ത് സംഭവിച്ചെന്ന് തനിക്കറിയോ?'

'ആ ടൈമില് അവൾക്കൊരു റിലേഷൻഷിപ്പ് ഉണ്ടായതായിട്ട് പറഞ്ഞിട്ടുണ്ട്. ആളുടെ പേര് ആനന്ദ്, അങ്ങനെ എന്തോ ആണ്. ആൾക്കൊരു ആക്സിഡന്റ് പറ്റി മരിച്ചശേഷം അവള് ആനന്ദിന്റെ ഓർമ്മയിലാ ജീവിക്കുന്നെ. പിന്നെ ആനന്ദിന്റെ ആഗ്രഹം പോലെ അവള് സ്വന്തം ജീവിതം കഥയാക്കി സിനിമ ചെയ്യാൻ നടക്കുവാ.'

'അപ്പൊ അതിന് വേണ്ടിയാണ് അനുപമ ഡയറക്ടർമാരെ പോയി കാണുന്നതല്ലേ?'

'അതെ സർ.'

സാമുവൽ പുച്ഛത്തോടെ ചിരിച്ചുകൊണ്ട്, 'അപ്പൊ സത്യം പറഞ്ഞാ തനിക്ക് ഒന്നും അറിയില്ല.'

പാർവതി ഒന്നും മനസ്സിലാവാത്തത് പോലെ സാമുവലിനെ നോക്കിയിരിക്കുന്നു.

'അനുപമ ചെന്ന് കഥ പറഞ്ഞിട്ടുള്ള ഡയറക്ടർമാരിൽ ഇന്ന് ജീവിച്ചിരിക്കുന്നത് മൂന്നേ മൂന്ന് പേരാ. ബാക്കിയുള്ള രണ്ട് പേരെയും അവൾ കൊന്നു.'

സാമുവൽ പറഞ്ഞത് വിശ്വസിക്കാൻ കഴിയാതെ ഒരു ഞെട്ടലോടെ ഇരിക്കുന്ന പാർവതി.

'ആനന്ദ് മരിച്ചതിന് ശേഷം സമനില തെറ്റി മൂന്ന് വർഷം അവള് മെന്റൽ ഹോസ്പിറ്റലിൽ കിടന്നേ. ആനന്ദിനെ ഇടിച്ചിട്ട് നിർത്താതെ പോയത് ഒരു ഫിലിം ഡയറക്ടറുടെ വണ്ടിയാണെന്ന് പോലീസിൽ നിന്ന് അവളുടെ ഫാമിലി അറിഞ്ഞു. അത് പിന്നെ അവളറിഞ്ഞു. ആക്സിഡന്റ് ആയ കാരണം അന്നേ ഒത്തുതീർപ്പാക്കി വിട്ട കേസാ അത്. സംഭവം നടന്ന് ഒരു വർഷം തികയുന്നതിന് മുൻപ് തന്നെ ആ ഡയറക്ടറും ഒരു കാർ ആക്സിഡന്റിൽ മരണപ്പെട്ടു. പക്ഷെ, അനുപമ അത് വിശ്വസിക്കാൻ കൂട്ടാക്കിയില്ല. അവള് പിന്നെ കഥ പറയാനെന്ന വ്യാജേന സിനിമ ഡയറക്ടർമാരെ മീറ്റ് ചെയ്തു. മെന്റലായത് കൊണ്ട് സംശയം തോന്നുന്നവരെയൊക്കെ അങ്ങ് കൊന്ന് കളഞ്ഞു.'

പാർവതിക്ക് ഉൾക്കൊള്ളാൻ പറ്റുന്നതിലും അപ്പുറമായിരുന്നു സാമുവൽ പറഞ്ഞ കാര്യങ്ങൾ.

'പിന്നെയിത് കൂടാതെ വേറൊന്ന് കൂടിയുണ്ട്. ഏഴ് വർഷം മുൻപ് അവളെയും ഒരു ഡോക്ടറെയും മെന്റൽ ഹോസ്പിറ്റലിൽ നിന്ന് കാണാതായി. മാസങ്ങൾക്ക് ശേഷം ആ ഡോക്ടറുടെ ബോഡി വേറെയൊരു പൂട്ടി കിടക്കുന്ന മെന്റൽ ഹോസ്പിറ്റലിൽ നിന്നാ കിട്ടിയത്.'

ഇത് കേട്ടതും പാർവതിയുടെ ഉള്ളിൽ ഭയം കൂടി വന്നു. അവൾ വർഗീസ് പറഞ്ഞത് ഓർത്തെടുക്കുന്നു.

ഏഴ് വർഷങ്ങൾക്ക് മുൻപ്. പണി തീരാത്ത പുതിയ മെന്റൽ ഹോസ്പിറ്റൽ. ഡോക്ടർ വെങ്കിടേഷ് തന്റെ മാരുതി സെൻ കാറിന്റെ അടുത്ത് നിന്ന് സിഗരറ്റ് വലിച്ചുകൊണ്ട് ആരെയോ പ്രതീക്ഷിച്ച് നിൽക്കുന്നു. ഒരു ബ്ലാക്ക് കളർ വാൻ അവിടേക്ക് വരുന്നു.

വർഗീസ് 'ഒരു ദിവസം അയാൾ നോട്ടമിട്ട പെണ്ണിനേം കൊണ്ട് ഞാനും ശങ്കറും... ആ പുതിയ മെന്റൽ ഹോസ്പിറ്റലിലേക്ക് ചെന്നു.'

വാനിൽ നിന്ന് വർഗീസും ശങ്കറും കൂടി അനുപമയെ പിടിച്ചിറക്കുന്നു. ഒച്ച വെയ്ക്കാതിരിക്കാൻ അവളുടെ വായിൽ തുണി തിരുകിയിട്ടുണ്ട്. അവർ അനുപമയെ ഹോസ്പിറ്റലിനകത്തേക്ക് കയറ്റുന്നു. വെങ്കിടേഷ് സിഗരറ്റ് കുറ്റി നിലത്തിട്ട് ഷൂസ് കൊണ്ട് ചവിട്ടി അരച്ചതിന് ശേഷം ചുറ്റും ഒന്നും നോക്കിക്കൊണ്ട് ഹോസ്പിറ്റൽ കെട്ടിടത്തിലേക്ക് കയറി പോകുന്നു.

വർഗീസും ശങ്കറും അനുപമയെ വായിലുള്ള തുണി എടുത്ത് മാറ്റിയശേഷം ഇരുമ്പ് വാതിലുള്ള മുറിയിലേക്ക് ഉന്തി വിടുന്നു. വെങ്കിടേഷ് മുറിയിലേക്ക് കയറി വരുമ്പോൾ അനുപമ ഒരു ഭ്രാന്തിയെ പോലെ പേടിയോടെ ചുമരിനോട് ചേർന്ന് നിൽക്കുന്നു.

വർഗീസ് 'അയാൾ എല്ലാ പെണ്ണുങ്ങളോടും ചെയ്യുന്നതു പോലെ ആ പെൺകുട്ടിയോടും ചെയ്യാൻ നോക്കിയപ്പോൾ അറിഞ്ഞിരുന്നില്ല...'

വെങ്കിടേഷ് കാമത്തോടെ അനുപമയെ നോക്കികൊണ്ട് അവളുടെ അടുത്തേക്ക് ചേർന്ന് നിൽക്കുന്നു. അനുപമ പേടിയോടെ കൈ കൊണ്ട് ചുമരിൽ തപ്പുമ്പോൾ ചില്ല് പൊട്ടിയ

എമർജൻസി ബോക്സിൽ വെച്ചിരിക്കുന്ന ചെറിയ കൈ കോടാലി അവൾക്ക് കിട്ടുന്നു.

വർഗീസ് 'അയാളുടെ ജീവനെടുക്കാൻ പോകുന്നത്, ആ പെൺകുട്ടിയുടെ കൈകളായിരിക്കുമെന്ന്.'

അനുപമ അലറിക്കൊണ്ട് കൈ കോടാലി വെച്ച് വെങ്കിടേഷിന്റെ കഴുത്തിൽ ആഞ്ഞ് വെട്ടുന്നു. കഴുത്തിൽ നിന്ന് ടാപ്പിലെ തുറന്നുവിട്ട വെള്ളംപോലെ ചോര ചീറ്റി. വെങ്കിടേഷ് ഒരു കൈ കൊണ്ട് കഴുത്തിലെ മുറിവിൽ ഒതുക്കി പിടിച്ച് സ്വബോധം നഷ്ട പെടുന്നതുപോലെ പിന്നോട്ട് മാറി. അനുപമ ദേഷ്യത്തോടെ വെങ്കിടേഷിന്റെ മുകളിലേക്ക് കൈ കോടാലിയുമായി ഉയർന്ന് ചാടി. വെങ്കിടേഷ് പിന്നോട്ട് മലർന്ന് വീണു. അയാളുടെ ജീവൻ പോകുന്നത് വരെ അവൾ അലറിക്കൊണ്ട് അയാളുടെ ശരീരത്തിൽ കൈ കോടാലി വെച്ച് ആഞ്ഞ് വെട്ടികൊണ്ടിരുന്നു. വെങ്കിടേഷിന്റെ ചോര അനുപമയുടെ മുഖത്തേയും ശരീരത്തെയും മുഴുവനായി പൊതിഞ്ഞിരുന്നു. ഭയാനകമായിരുന്നു ആ ദൃശ്യം. വർഗീസും ശങ്കറും ഇത് കണ്ട് പേടിച്ച് ഹോസ്പിറ്റലിന്റെ പുറത്തേക്ക് ഓടി.

പേടിയോടെ വർഗീസ് പറഞ്ഞ കാര്യങ്ങൾ ഓർത്തെടുത്തു കൊണ്ട് പോലീസ് സ്റ്റേഷനിൽ ഇരിക്കുന്ന പാർവതി.

'എക്സ്ക്യൂസ്മി.'

പാർവതി സാമുവൽ വിളിക്കുന്നത് കേൾക്കാതെ പേടിയോടെ തന്നെ ആലോചിച്ചുകൊണ്ടിരിക്കുന്നു. പാർവതിയുടെ ശ്രദ്ധ പിടിച്ച് പറ്റാൻവേണ്ടി സാമുവൽ കൈ കൊണ്ട് ഡെസ്കിലേക്ക് വലിച്ചടിക്കുന്നു. ശബ്ദം കേട്ട് യാഥാർത്ഥ്യത്തിലേക്ക് തിരിച്ച് വന്ന പാർവതി ഞെട്ടലോടെ, 'സർ..!'

'അനുപമ ഇപ്പൊ എവിടെയുണ്ടെന്ന് തനിക്കറിയോ?'

ഭയത്തോടെ എന്തോ മനസ്സിലായപോലെ ഇരിക്കുന്ന പാർവതി.

ഗിരീഷിന്റെ വീട് - വീടിന് പുറത്ത് മഴ തകർത്ത് പെയ്യുന്നുണ്ട്. കൂടെ ഇടി മിന്നലും. കറണ്ടില്ല. ഗിരീഷ് ഒരു എമെർജൻസി ലാമ്പിന്റെ വെട്ടത്തിൽ ഹാളിലെ സോഫയിൽ ഇരുന്ന് ഫോണിൽ ആരോ ആയിട്ട് സംസാരിക്കുന്നു. 'കുഴപ്പമില്ല, ഒരു സാധാ സ്റ്റോറി. എത്രത്തോളം വർക്ക് ആകുന്ന് എനിക്കൊരു ഉറപ്പില്ല. ആദ്യത്തെ പടലമല്ലേ, അതാ ഒരു പേടി. പിന്നെ

അതിലെ ഒരു ആക്സിഡന്റ് സീൻ കേട്ടപ്പോ പണ്ടത്തെ കാര്യങ്ങളൊക്കെ ഓർമ്മ വന്നു. ദാ, അത് തന്നെ. ആ കാറും ഇവിടെ കിടക്കണുണ്ടല്ലോ.'

വീടിന്റെ പുറത്തെ വാതിലിൽ ആരോ മുട്ടുന്ന ശബ്ദം. ഗിരീഷ് വാതിലേക്ക് നോക്കുന്നു. ഫോണിൽ, 'എടാ ഞാൻ ഇപ്പൊ തിരിച്ച് വിളിക്കാം ഒരു മിനിറ്റ്'

കോൾ കട്ട് ചെയ്ത് എമെർജൻസി ലാമ്പ് ടേബിളിൽ നിന്ന് എടുത്തുകൊണ്ട് വാതിലിനടുത്തേക്ക് നടക്കുന്നു. വാതിൽ തുറക്കുമ്പോൾ പുറത്ത് മഴ നനഞ്ഞ് നിൽക്കുന്ന കഥാകാരി എന്ന അനുപമയെ ആണ് കാണുന്നത്. അനുപമ ഒരു കൈ പിന്നിലേക്ക് മറച്ച് പിടിച്ചിട്ടുണ്ട്.

ഗിരീഷ് അൽപ്പം സംശയത്തോടെ, 'താനോ? താനെന്താ ഇപ്പൊ ഇവിടെ?'

അവൾ പിന്നിലേക്ക് മറച്ച് പിടിച്ച കൈ മുന്നിലേക്ക് കൊണ്ട് വരുമ്പോൾ കൈയിലുള്ള ചെറിയ കൈ കോടാലി വ്യക്തമാകുന്നു. ഗിരീഷ് സംശയത്തോടെ ആ കോടാലിയിലേക്ക് നോക്കുന്നു.

അനുപമ, 'മെ ഐ കം ഇൻ... സാർ?'

ഗിരീഷ് അവളെ പേടിയോടെ നോക്കി നിൽക്കുന്നു. അനുപമ എന്ന ശ്രീലത അഥവാ കഥാകാരി അലറിക്കൊണ്ട് ഗിരീഷിന് നേരെ ചാടി കൈ കോടാലി വീശുന്നു.

മുപ്പത്തിമൂന്ന്

2023, Forensic Psychiatric Hospital - കാർമേഘങ്ങളാൽ മൂടിയ ഒരു തണുത്ത അന്തരീക്ഷം. പുതിയ സൈക്കോതെറാപ്പിസ്റ്റായ അൻസണും മാനേജറായ സജിനും സ്മോക്കിങ് ഏരിയയിൽ നിന്ന് സംസാരിക്കുകയാണ്. അൻസൺ ആനന്ദിന്റെ നാട്ടുകാരനും ബാല്യകാല സുഹൃത്തും കൂടിയാണ്. സജിൻ സിഗരറ്റ് വലിച്ചുകൊണ്ട്,

'അന്ന് രാത്രി ഗിരീഷിന്റെ വീട്ടിൽ നിന്ന് അനുപമേനെ പോലീസ് അറസ്റ്റ് ചെയ്തു. പക്ഷെ, കോടതി മെന്റലി സ്റ്റേബിൾ അല്ലാന്ന് പറഞ്ഞ് ഇവിടെ കൊണ്ടുവന്നാക്കി. അന്ന് തൊട്ട് ദേ ഇന്ന് വരെ ഒരക്ഷരംപോലും സംസാരിച്ചിട്ടില്ല. പുള്ളിക്കാരിയുടെ സൗണ്ട് എന്താന്ന് പോലും ഞാൻ കേട്ടിട്ടില്ല. തനിക്ക് മുൻപ് ഇവിടെ ഉണ്ടായിരുന്ന എൽദോയുടെ കരണം അടിച്ച് പൊളിച്ചിട്ടാ അവള് വിട്ടത്.'

അൻസൺ, 'സാധാരണ ഇങ്ങനത്തെ പേഷ്യന്റ്സ് അങ്ങനെ അധികം സംസാരിക്കാറില്ല. പക്ഷെ, ഇത്രേം വർഷം സംസാരിക്കാതിരിക്കുന്നത് റെയറാ. പിന്നെ ഇങ്ങനെയുള്ളവര് പെട്ടെന്ന് വയലന്റാകും. ഞാൻ ഉറപ്പ് പറയുന്നില്ല. എന്നെകൊണ്ട് പറ്റുന്ന രീതിയിൽ മാക്സിമം സംസാരിപ്പിക്കാൻ നോക്കാം.'

സിഗരറ്റ് വലിക്കുന്നതിനിടയിൽ സജിൻ, 'മ് മ് മ്... ട്രൈ ചെയ്യ്. ഓൾ ദി ബെസ്റ്റ്.'

'അനുപമക്ക് എന്തിനോടാ interest ഉള്ളത്?'

'പാട്ട് കേൾക്കുന്നത് ഇഷ്ടാ.'

തെറാപ്പി റൂം - അനുപമ ജനലിനരികിൽ ഒരു കസേരയിൽ പുറത്തേക്ക് തന്നെ നോക്കി ഇരിക്കുന്നു. ശാന്തത. അവളുടെ

കൺപോളകൾ ഒരു നിമിഷം പോലും ചിമ്മുന്നില്ല. കഥ പറയാൻ നടന്ന ആ കഥാകാരിയല്ല ഇപ്പോൾ അവൾ. ആരോടും മിണ്ടുന്നി ല്ലെങ്കിലും, ചിന്തകളിൽ മുഴുകി എന്നപോലെ ദൂരേക്ക് നോക്കി ഇരിക്കുമെങ്കിലും അവളുടെ മുഖത്ത് എന്തൊക്കെയോ നേടിയ പോലെ ഒരു തെളിമയുണ്ടായിരുന്നു. അൻസൺ അനുപമയുടെ അടുത്തേക്ക് വന്നുകൊണ്ട്, 'അനുപമ...' അവൾ അൻസണെ നോക്കുന്നില്ല. അൻസൺ അവിടെ കിടന്നിരുന്ന ഒരു കസേര അനുപമയുടെ അടുത്തേക്ക് വലിച്ചിട്ട് അതിൽ ഇരുന്നുകൊണ്ട്, 'ഇനി ഒരിക്കലും ആരോടും സംസാരിക്കില്ലാന്ന് തീരുമാനിച്ചോ?'

അനുപമ മൗനം പാലിച്ച് പുറത്തേക്ക് തന്നെ നോക്കി ഇരി ക്കുന്നു.

'ശെരി. സംസാരിക്കുന്നില്ലെങ്കി വേണ്ട. എനിക്ക് മിണ്ടുന്ന തിൽ പ്രശ്നമില്ലല്ലോ ലേ?'

അനുപമയുടെ ഭാഗത്ത് നിന്ന് മറുപടി ഒന്നും ലഭിക്കുന്നി ല്ല എന്ന് മനസ്സിലാക്കിയ അൻസൺ, 'ഞാൻ അൻസൺ. ഇന്ന് മുതൽ അനുപമയുടെ പേർസണൽ സൈക്കോതെറാപ്പിസ്റ്റ്. പിന്നെ ആനന്ദിനെ എനിക്ക് അറിയാം. ഞങ്ങള് ഒരേ നാട്ടുകാ രാ. ചെറുപ്പത്തില് സ്കൂള് അടക്കുമ്പോ വീടിന്റെ അടുത്തുള്ള ഒരു റബർ തോട്ടത്തില് ഞാനും ആനന്ദും ഫ്രണ്ട്സും എല്ലാവരും ഒരുമിച്ച് ക്രിക്കറ്റ് കളിക്കാൻ പോകുവായിരുന്നു. ഫ്രണ്ട്സെന്ന് പറയുമ്പോ ഞങ്ങളെക്കാളും മൂത്തോരായിരുന്നു മിക്കവരും. അതോണ്ട് ഫീൽഡിങ്ങിന് നിക്കേണ്ടതും ബോള് എടുത്ത് കൊ ടുക്കേണ്ടതൊക്കെ ഞങ്ങളായിരുന്നു. അന്ന് ബാറ്റ് ചെയ്യാൻ കി ട്ടണത് തന്നെ ലോട്ടറി അടിക്കും പോലെയാ. കിട്ടിയാ കിട്ടി. അങ്ങനെ ബാറ്റിങ്ങിനിറങ്ങുമ്പോ ഡക്കിന് ഔട്ട് ആയാ പിന്നെ ആനന്ദും ഇങ്ങനെ ആയിരുന്നു. ആരോടും കുറച്ച് നേരത്തേ ക്ക് മിണ്ടില്ല. വിജനതയിലേക്ക് ഇങ്ങനെ നോക്കിയിരിക്കും. പക്ഷെ, ഒരു വ്യത്യാസം എന്താന്ന് വെച്ചാ, അവന്റെ മുഖത്ത് ഔട്ട് ആയതിലുള്ള വിഷമം ആണെങ്കി അനുപമേടെ മുഖത്ത് ഒരുതരത്തിലുള്ള സന്തോഷാ...'

ഇത് കേട്ടതും അനുപമയുടെ മുഖത്തുണ്ടായ ഭാവവ്യത്യാ സം അൻസൺ ശ്രദ്ധിച്ചു. അൻസൺ സംസാരിക്കുന്നത് തുടർ ന്നു. 'അനുപമ എങ്ങനെയാ ഇവിടെ എത്തിപ്പെട്ടെ? ഇത് മാന സികമായി പ്രശ്നങ്ങളുള്ള ആൾക്കാരുടെ സ്ഥലമല്ലേ. പക്ഷെ,

അനുപമയെ കണ്ടിട്ട് അങ്ങനെ തോന്നുന്നില്ലല്ലോ.'

അനുപമയുടെ മുഖത്ത് ചെറിയ രീതിയിൽ ഭാവവ്യത്യാസം വരുന്നുണ്ടെങ്കിലും ജനലിലൂടെ പുറത്തേക്കുള്ള നോട്ടത്തിൽ മാത്രം മാറ്റമില്ല. അൻസണും അനുപമ നോക്കുന്നിടത്തേക്ക് ജനലിലൂടെ നോക്കിയ ശേഷം,

'കേസ് അന്വേഷിച്ചുകൊണ്ടിരുന്ന സാമുവൽ സാറ് ഇതൊക്കെ തന്റെ അഭിനയമാണെന്നാ എന്നോട് പറഞ്ഞെ.' അനുപമയെ നോക്കിക്കൊണ്ട്, 'ആണോ? അങ്ങനെ തോന്നിയതിൽ സാറിനേം കുറ്റം പറയാൻ പറ്റില്ല. കാരണം താൻ കൊന്ന നാല് പേർക്കും പുറമേന്ന് നോക്കുമ്പോ വല്യ കണക്ഷൻസില്ലെങ്കിലും അന്ന് ആനന്ദിന് ആക്സിഡന്റ് നടന്നപ്പോ ഇവരെല്ലാവരും ആ കാറിലുണ്ടായിരുന്നു, അല്ലേ?'

ഇത് കേട്ടതും അനുപമയുടെ കണ്ണുകളിൽ ചെറിയ ഭയം അനുഭവപ്പെട്ടു.

'കാറിടിച്ച് വീഴ്ത്തിയിട്ടും ആനന്ദിനെ ഹോസ്പിറ്റലിൽ പോലും കൊണ്ടുപോകാൻ കൂട്ടാക്കാതെ അവിടെ നിന്ന് അവർ പോയതിലുള്ള ദേഷ്യം. കാറോടിച്ചയാൾ ഒരു കൊല്ലം കഴിയുമ്പോഴേക്കും മറ്റൊരു ആക്സിഡന്റിൽ മരിച്ചെങ്കിലും തന്റെ ദേഷ്യം മാത്രം അടങ്ങിയില്ല. കാറിൽ അയാളെ കൂടാതെ മൂന്ന് പേര് കൂടിയുണ്ടായിരുന്നെന്ന് അറിഞ്ഞപ്പോ അവരെ കണ്ടുപിടിക്കാനുള്ള ഓട്ടത്തിലായി പിന്നെ. കഥ പറയാൻ എടുക്കുന്ന സമയം അവരെ തിരിച്ചറിയാൻ വേണ്ടി ഉപയോഗിച്ചു. ഉറപ്പായാൽ ആരും അറിയാതെ അന്ന് രാത്രി തന്നെ പക അടങ്ങും വരെ വെട്ടി കൊല്ലും. ഇതിനൊക്കെ ധൈര്യം കിട്ടീത് അന്നാദ്യമായി ഡോക്ടർ വെങ്കിടേഷിനെ സ്വയം രക്ഷക്കായി കൊന്നപ്പോൾ... ശെരിയല്ലെ?

അനുപമ പതിയെ തല ചെരിച്ച് അൻസണെ നോക്കുന്നു.

'ഒരു കണക്കിന്, നോർമലായ ആരെ കൊണ്ടും ഇങ്ങനെ ചെയ്യാൻ പറ്റില്ല. അങ്ങനെ നോക്കിയാൽ അനുപമ ഇപ്പൊ ഇരിക്കുന്നത് കറക്ട് സ്ഥലത്താ. പിന്നെ താൻ ചെയ്തതിൽ വെങ്കിടേഷിന്റെ കൊലപാതകം മാത്രം ശെരിയാണെന്ന് എനിക്ക് തോന്നുന്നുണ്ട്. ബാക്കിയുള്ളവരുടെ കാര്യം എനിക്കറിയില്ല. അവര് ചെയ്തതിലും തെറ്റുണ്ട്. ഒരു രീതിയില് ആനന്ദിന്റെ മരണത്തിന് അവരാ കാരണം. മദ്യപിച്ച് അമിത വേഗതയിൽ വണ്ടിയോടിച്ച്

ഒരാളെ ഇടിച്ചിട്ടിട്ട് ഹോസ്പിറ്റലിൽ കൊണ്ട് പോകാൻ പോലും തയാറായില്ലാന്നൊക്കെ പറഞ്ഞാ... പക്ഷെ, അവര് മരണം അർഹിച്ചിരുന്നോ എന്ന് ആലോചിക്കുമ്പോഴാ തന്റെ കേസില് എനിക്കും കൺഫ്യൂഷൻ. അറിയില്ല... പ്രണയം തലക്ക് പിടിച്ചാ എന്തൊക്കെ ചെയ്യൂന്ന് ഒരു പിടിയും ഇല്ലല്ലോ. മനുഷ്യരെ കരുത്തരാക്കുന്നതും കരുത്തരെ ഭ്രാന്തരാക്കുന്നതും ഇതേ പ്രണയം തന്നെ.'

അനുപമ അൻസണിൽ നിന്ന് കണ്ണെടുത്ത് വീണ്ടും ജനലിലൂടെ വിജനതയിലേക്ക് നോക്കുന്നു.

'പിന്നെ എത്രനാള് തനിക്ക് ഇവിടെ പിടിച്ച് നിൽക്കാൻ പറ്റൂന്ന് എനിക്കറിയില്ല. പ്രോഗ്രസ്സ് ഒന്നുമില്ലെങ്കി ഞാൻ പോയാ വേറെ ആള് വരും. അന്ന് ഇതൊക്കെ അഭിനയമാണെങ്കി ഇവിടെ നിന്ന് നേരെ പോവാം ജയിലിലേക്ക്. തന്നെ എനിക്ക് ഹെൽപ്പ് ചെയ്യണോന്നുണ്ട്. ഒന്നല്ലെങ്കിലും, ആനന്ദ് എന്റേം കൂടി കൂട്ടുകാരനായിരുന്നില്ലേ. പക്ഷെ, അതിന് മുൻപ് ഈ അവസ്ഥ തന്റെ അഭിനയമാണോന്ന് എനിക്കറിയണം.'

അൻസൺ ചെയറിൽ നിന്നെഴുന്നേറ്റ് കോട്ടിന്റെ പോക്കറ്റിൽ നിന്ന് ഒരു മിനി ബ്ലൂടൂത്ത് സ്പീക്കർ ജനലിന്റെ അടുത്ത് വെച്ചിട്ട് ഫോണിൽ 'Roodh (prograstination)' എന്ന പാട്ട് പ്ലേ ചെയ്ത് കൊണ്ട്, 'സംസാരിക്കാൻ തോന്നുമ്പോ സംസാരിക്ക്. ഒരു കാര്യം മാത്രം ഓർത്താ മതി. ഇവിടെ ഇപ്പൊ എനിക്ക് മാത്രേ തന്നെ ഹെൽപ്പ് ചെയ്യാൻ പറ്റൂ.'

അനുപമ മറുപടി ഒന്നും കൊടുക്കാതെ പാട്ടിൽ മുഴുകി കണ്ണ് ചിമ്മാതെ പുറത്തേക്ക് തന്നെ നോക്കി ഇരിക്കുന്നു. അൻസൺ അനുപമയെ സഹതാപത്തോടെ ഒന്ന് നോക്കിയശേഷം അവിടെ നിന്ന് നടന്ന് മുറിയുടെ പുറത്തേക്ക് ഇറങ്ങാൻ നേരം ഫോൺ അവിടെയുള്ള ഷെൽഫിന്റെ മുകളിൽ വെച്ചിട്ട് ഡോർ തുറന്നിട്ടുകൊണ്ട് പോകുന്നു. അനുപമ നിശ്ചലയായി വിജനതയിലേക്ക് തന്നെ നോക്കി എന്തോ ഓർത്തുകൊണ്ടിരിക്കുന്നു. അനുപമയുമായുള്ള അടുത്ത സെഷന് തയ്യാറാവാൻ സ്മോക്കിങ് ഏരിയയിൽ നിന്ന് സിഗരറ്റ് വലിക്കുന്ന അൻസൺ. അനുപമ ആരെയോ കണ്ടത് പോലെ ജനലിന് വെളിയിലേക്ക് തന്നെ നോക്കുന്നു. പാട്ടിന്റെ മൂന്ന് മിനിറ്റ് ഇരുപത്തിമൂന്നാം സെക്കന്റ് ടൈം എത്തുമ്പോൾ അനുപമയുടെ ചുണ്ടിൽ ചെറിയൊരു

പുഞ്ചിരി വിടരുന്നു. കോളേജ് കാലഘട്ടത്തിലെ അനുപമയുടെ ഓർമ്മയിലുള്ള ആനന്ദ് ഒരു പുഞ്ചിരിയോടെ അവളെ തന്നെ നോക്കിക്കൊണ്ട് ജനലിന് വെളിയിൽ നിൽക്കുന്നു. അനുപമയുടെ കണ്ണുകളിൽ സന്തോഷത്തോടൊപ്പം സങ്കടവും പ്രകടമാണ്. അവളുടെ കണ്ണുകൾ നിറഞ്ഞൊഴുകി. അനുപമയെ തന്നെ നോക്കി നിൽക്കുന്ന ആനന്ദ്. ഒരു ജനലിന്റെ രണ്ട് വശങ്ങളിലായി പ്രണയിച്ച് തീരാത്ത രണ്ട് ആത്മാക്കളെ പോലെ അവർ നോക്കിനിന്നു. ഒരുമിച്ച് ജീവിക്കാൻ ആയില്ലെങ്കിലും ആനന്ദിന്റെ ഓർമ്മകൾ എപ്പോഴും അനുപമയുടെ കൂടെയുണ്ട്.